सिद्धार्थ

SIDDHARTHA

सिद्धार्थ

अनुवाद

डॉ. कमलेश सोमण, श्रीनिवास रामचंद्र वैद्य

प्रथम आवृत्ती : २०१६

मुद्रक

ए.पी. व्हिजन डिझाईन ॲन्ड प्रिंट्स प्रा.लि.

सेक्टर नं. ८६-२, शिवणे इंडस्ट्रीअल एरिआ, एनडीए रोड, पुणे-२३

दूरभाष क्र. ०२०-२४४५३२६७

गोयल प्रकाशन

३१, बुधवार पेठ, अप्पा बळवंत चौक, पुणे-४११ ००२

दूरभाष क्र. ०२०-२४४५३२६७

मूल्य : /- रु

सिद्धार्थ

कादंबरी आता मराठीतही

हरमान हेसे

अनुवाद
डॉ.कमलेश सोमण
श्रीनिवास रामचंद्र वैद्य

शहाणपण प्रदान करता येत नाही - तसे करणाऱ्याचे प्रयत्न अनेकदा मूर्खपणाचेच ठरतात. ज्ञानाची (माहितीची) देवाण-घेवाण शक्य आहे, पण शहाणपणाची नव्हे! एखाद्याकडेच ते शहाणपण असते. ते तो जगू शकतो आणि त्याच्याद्वारे अद्‌भुत कृत्ये करू शकतो, पण ते व्यक्त करू शकत नाही वा कोणाला ते शहाणपण शिकवू शकत नाही.

हरमान हेसे

अनुक्रमणिका

‘जेव्हा शोधक काही शोधत असतो, तेव्हा त्याचं सारं लक्ष आपल्या शोधविषयातच गुंतलेलं असतं! आजूबाजूला एखादी नवी, वेगळी वस्तू वा गोष्ट दिसली तरी तिकडे शोधकाची नजर जात नाही. नजर गेली तरी हे काही महत्वाचं आहे, किंवा नवं आहे, ते आपण पहायला पाहिजे, असे त्याच्या काही मनात येत नाही. शोध हा नेहमीच त्याच्या ध्येयाशी संबंधित असतो. शोधकाने जे ध्येय स्वीकारलेलं असतं, त्याने तो पूर्णपणे भारावून गेलेला असतो. सर्वस्वी नवीन काही मिळविण्यासाठी, सापडण्यासाठी माणसाचं मन मोकळं असावं लागतं! जे समोर दिसेल त्याबद्दल त्याच्या मनात औत्सुक्य असावं लागतं. त्यामुळे ध्येय जरूर असावं, पण त्याची झापडं डोळ्यांना बांधली की आपल्याला आसापासचं काही म्हणजे काहीही दिसत नाही आणि त्यामुळे आपलं नुकसानच होतं.’

सिद्धार्थ

विभाग १ ला

प्रिय मित्र रोमाँ रोलाँ
यांस –

१

तेजस्वी ब्राह्मणपुत्र

कित्येक दिवस पडत असलेल्या संतत धारेने आज सकाळी थोडी विश्रांती घेतली होती. आपल्याच मस्तीत जोराचा खळखळाट करीत वाहत जाणाऱ्या त्या नदीच्या पात्राकडे सिद्धार्थ भान हरपून मोठ्या कुतूहलाने बघत होता. त्या वेगवान प्रवाहाकडे पाहताना त्याचे डोळे विलक्षण तेजाने चमकत होते. खरं तर, हे दृश्य तो काही आज प्रथमच पहात नव्हता, तर अगदी लहानपणापासून तो ते सारे डोळ्याने पहात होता आणि उराशी साठवत होता. त्याच्या मनात आलं, ही नदी आता काही मैलांवर समुद्राला जाऊन मिळणार! नदीच्या वाढत्या पाण्याचा विशाल प्रवाह वेगाने वाहत वाहत, नागमोडी वळणे घेत फळबागांमधून व उघड्या माळरानांमधून झपाट्याने चाललेला. उन्हाळ्यातही ही नदी कधी आटत नाही. अशा या नदीच्या कुशीत तो तेज:पुंज सिद्धार्थ आणि त्याचा मित्र गोविंद लहानाचे मोठे होत होते.

'जीवन हे असेच एखाद्या नदीसारखे – सतत प्रवाही, सतत नव्या वाटा चोखाळणारे, शोधक, प्रेरक, प्रसंगी काठावरुनही ओसंडून वाहणारे

आणि मुख्य म्हणजे आपल्या पाण्याने प्रत्येक खबदाड व भेगा भरुन काढणारे असते. आपले मनही जीवनाबरोबर संपूर्णपणे गतिमान असते, कालरहितपणे पुढे पुढे जात असते – असे मन सुखी असू शकते, तेच नित्य नूतन असते आणि सृजनशीलही', असे सिद्धार्थचे वडील त्याला नेहमी सांगायचे! इतकंच नव्हे तर, 'या नदीकडून तुला खूप काही शिकता येईल, हेही सांगण्यास ते विसरत नसत! अशा या वाहत्या जीवनासोबत प्रत्येकाला वाढायचे, फुलायचे असते आणि मुख्य म्हणजे जन्मजात बुद्धीला अधिकाधिक परिपक्व व परिणतप्रज्ञ करायचे आहे,' हेही त्यांनीच त्याला सांगितले होते.

सिद्धार्थ मुळातच देखणा! उंच कपाळ, नाकेली धारदार तेज:पुंज मुद्रा, गौर वर्णीय कांती तसेच एक नितळ प्रसन्न असे सुशील असे त्याचे व्यक्तिमत्व होते. मुख्य म्हणजे, सदैव आध्यात्मिक विचारसाधनेत मग्न असा हा तरुण ब्रह्मचारी, नेहमीच हसतमुखतेने प्रहराच्या प्रत्येक क्षणाच्या स्वागतास अगदी आतुर असायचा!

कधी आपल्या घराच्या सावलीत खेळावे, तर कधी नदीकाठी नांगरलेल्या होड्यांवर उड्या माराव्या, साल वृक्षाच्या जंगलात हुंदडावे नाहीतर अंजिराच्या झाडाखाली गोविंदाबरोबर मनसोक्त गप्पा माराव्या आणि मुख्य म्हणजे सिद्धार्थाचे सारे उद्योग त्याचा जवळचा मित्र गोविंद यांच्या संगतीने चालायचे! नदीत आंघोळ करताना, सूर्याला अर्घ्य देताना, त्याचे कृश खांदे उन्हाने रापले होते. आमराईत झाडाखाली आडवे झालेले असताना, सावल्या त्याच्या काळ्याभोर डोळ्यांमध्ये उतरत! लहानपणी खेळताना, आईने गायलेली गाणी ऐकताना, जेव्हा आहुत्या दिल्या जात तेव्हा, जेव्हा त्याचे विद्वान वडील त्याला पाठ देत तेव्हा, जेव्हा शहाणीसुरती माणसे विविध विषयांवर चर्चा करीत, तेव्हा सिद्धार्थ प्रत्येक गोष्टीकडे बारकाईने लक्ष देई.

अलीकडे तर काही दिवसांपासून सिद्धार्थ चार विद्वत मंडळींच्या चर्चेत सहभागही घेऊ लागला होता. गोविंदाबरोबर तर त्याचा नेहमीच वादविवाद सुरू असायचा! कधी कधी तर ध्यान लावून आपल्या आत आणि आपल्या बाहेर काय चालले आहे, याचा वेध घेण्याचा तो प्रयत्न करायचा! ॐ हा विश्वाचा निदर्शक आहे, विश्वव्यापी आहे. शब्दांमधला महान शब्द ॐ चे मनोमन ध्यान करावे आणि श्वासाबरोबर त्याचे होणारे उच्चारण, या गोष्टी सिद्धार्थाच्या नित्य सरावाच्या झाल्या होत्या. या सगळ्याचा परिणामस्वरुप, त्याच्या अंगभूत चैतन्याचा होत असलेला विकास त्याच्या तेजस्वी, उन्नत भालप्रदेशातून दृग्गोचर व्हायचा! आपल्या अस्तित्वाच्या मुळाशी असलेला तो अविनाशी आत्मा खरेतर साऱ्या विश्वाशी एकरुप झालेला आहे, हा अनुभव सिद्धार्थसाठी काही नवा नव्हता.

यज्ञविधीचे अनेकविध प्रसंग, वैदिक वाङ्मयाचा खोलवर झालेला संस्कार, विद्वतसभेतील वादविवाद, पारंपारिक ग्रंथांचा गाढा अभ्यास तसेच श्रमशील स्वभाव, वेदातील ऋचा-वेदांग यांच्यासह ब्राह्मणके, उपनिषदे, आरण्यके यांचे सखोल सातत्यमय अध्ययन आणि चिंतन, या सर्वातून सिद्धार्थ तावून-सुलाखून तयार होत होता. जे जे त्याला शिकवावे, ते ते चटकन आत्मसात करणाऱ्या आपल्या कुशाग्र बुद्धीच्या मुलाची ज्ञानग्रहणाची ती तळमळ पाहून त्याच्या वडिलांचे ऊर आनंदाने अगदी भरुन येई! त्यांना खात्री होती की, आपला मुलगा पुढे निश्चितपणे मोठा प्रज्ञावंत आणि श्रेष्ठ असा ज्ञानी-पुरोहित होणार! इतकेच नव्हे तर, समस्त ब्रह्मवृंदाचा राजकुमार म्हणून तो सहज शोभायमान होईल. आपल्या मुलाकडे पाहताना कधी कधी त्या प्रेमळ पित्याचे डोळे भरुन येत!

सिद्धार्थ आपल्या आईशी नेहमीच अत्यंत आदराने वागत असे. आपल्या राजबिंड्या, देखण्या निरागस मुलाला पाहताना, त्याची प्रत्येक हालचाल निरखताना त्याच्या आईला खूप आनंद व्हायचा!

तसा सिद्धार्थचा मित्रपरिवारही खूप गोठा होता. सडपातळ व लवचिक, मोहक अंगकाठी असलेल्या या विद्वान-प्रज्ञाशील तरुणाकडे पाहून गावातील तरुण मुली विव्हल न झाल्यास नवल!

पण या सर्वांपेक्षा सिद्धार्थावर अपार जीव होता गोविंद या ब्राह्मणकुमाराचा! ते दोघे एकमेकांचे जीवश्चकंठश्च मित्र होते. सिद्धार्थचे डोळे आणि त्याचा मधुर आवाज गोविंदाला फारच आवडत असे! सिद्धार्थचे चालणे, बोलणे, वागणे सारेच त्याला आवडत असे. गोविंदाचा सर्वांत जास्त जीव होता, तो सिद्धार्थच्या चैतन्यपूर्ण अस्तित्वावर! यातही त्याला सर्वांत जास्त आवडत, ते सिद्धार्थचे श्रेष्ठ व तेजस्वी विचार, त्याची उत्कट इच्छाशक्ती, त्याची उपेक्षित आणि दुःखी जीवांबद्दलची कणव! सिद्धार्थच्या श्रेष्ठ अशा पाऊलखुणांवरुन पावले टाकत जाणे, गोविंदाला नेहमीच श्रेयस्कर वाटत होते. सिद्धार्थ आपल्या साधनेच्या प्रवासात अगदी देवासमान होईल आणि मग आपण त्याची सावली होऊ, त्याची मनापासून सेवा करू, असे गोविंदाला मनापासून वाटत होते.

अशा प्रकारे सिद्धार्थ साऱ्यांनाच हवाहवासा वाटत असे. सगळ्यांसाठी तो एक विश्रामाचे ठिकाण, आनंदनिधान होता. पण असे असले तरी स्वत: सिद्धार्थ मात्र स्वत:च्या आयुष्याबद्दल फारसा समाधानी नव्हता! अंजिराच्या बागेत फिरणे, चिंतन, मनन, ध्यान-प्रार्थना करणे, चुकीच्या कृत्याबद्दल पश्चात्ताप करणे, नित्यनैमित्तिक हवन व इतर कृत्ये करणे, आपल्या वागणुकीने इतरांना आनंद देणे, हे सारे करुनही त्याला समाधान वाटत नव्हते. मनातील विविध विचारांनी तो अस्वस्थ होत असे. आकाशातील तारे, अखंडपणे वाहणाऱ्या नद्या, सूर्याचे किरण, त्याला वडिलांनी शिकवलेल्या व त्याच्यात खोलवर भिनलेल्या ऋग्वेदातल्या ऋचा वगैरे असंख्य गोष्टींबद्दल त्याला नेहमीच स्वप्ने पडत असत!

एकूणच, वर्तमानातल्या साऱ्या परिस्थितीबद्दल सिद्धार्थला असमाधान वाटू लागले होते. त्याला असे वाटू लागले होते की, आपले आई-वडील

किंवा आपला मित्र गोविंद हे आपल्याला कायमस्वरुपी सुख, आनंद देऊ शकणार नाहीत, त्याची काळजी घेऊ शकणार नाहीत. त्याला आदरणीय असलेले त्याचे वडील आणि त्यांचे इतर गुरुजन यांनी त्यांच्याजवळ असलेले सारे ज्ञानभांडार त्याच्यापुढे उघड केले होते. त्याच्या अपेक्षित असलेले सारे ज्ञान त्यांनी सिद्धार्थला दिले होते. पण...? सिद्धार्थला असे वाटत होते की आपली झोळी रितीच राहिलेली आहे. त्यात सुख-समाधान नाही. आपला आत्मा समाधानी नाही. आंघोळ करणे चांगले आहे, पण ते फक्त पाणी आहे. त्याने फक्त शरीर धुतले जाईल. माझ्या अस्वस्थ, अधांतरी मनाचे काय? मनाला वाटणाऱ्या अनामिक भीतीचे काय? धार्मिक संस्कार, यज्ञयाग, बळी, देवांना आवाहन करणे हे सगळे खूप छान आहे, पण सगळे महत्व फक्त याच गोष्टींना आहे का? याच्या पलीकडे काहीच नाही का? हे बळी देऊन आपल्याला भविष्य सुखद आणि आनंददायक होण्याची खात्री आहे? आणि देवांचे काय? खरोखरीच प्रजापतीने हे जग निर्माण केले आहे का? ते कर्तृत्व आत्म्याचे नाही का? तो आत्मा तर एकमेवाद्वितीय आहे, असे म्हणतात.

देव हे खरे तर आपणच, मानवानेच नाही का निर्माण केले! ते तर काळाच्या ताब्यातले म्हणजेच नष्ट होणारे आहेत. मग त्या देवांना नैवेद्य दाखवणे, त्यांना काही अर्पण करणे, हे बरोबर आहे का? या सर्वांना काही अर्थ आहे का? यातच आपल्या आयुष्याची इतिकर्तव्यता मानायची? आत्मा जो एकमेवाद्वितीय आहे, त्याच्याशिवाय इतर कोणाची उपासना करावी का? आत्मा कोठे राहतो? त्याला कोठे शोधायचे, त्याला कसे जाणायचे?

माझ्या हृदयाच्या ठोक्यांचा उगम कुठे आहे? अर्थातच तो माझ्यात आहे. माझ्यातच! अगदी खोल अशा माझ्या गाभ्यात आहे. माझ्यातले जे काही अविनाशी आहे, जे सर्वांमध्येच असते, तेथे आहे. पण हे अगदी आतले तत्व, तो गाभा माझ्यात कुठे आहे? ते तत्व म्हणजे माझी हाडे,

रक्त, मांस नक्कीच नाही. ते म्हणजे माझे विचार नाहीत. ते म्हणजे माझी जाणीव नाही. ते म्हणजे माझी सद्सदविवेकबुद्धी नाही, असे जे काही माझ्या गुरुंनी मला सांगितले, समजावून दिले, ते कोठे आहे? मग हे जे सगळ्याचे मूळ आहे, तेथपर्यंत पोचण्याचा, ते जाणण्याचा दुसरा काही मार्ग असेलच, आणि तो मार्ग शोधून ते तत्व जाणणे, हेच माझ्यासाठी अधिक श्रेयस्कर आहे.

दुर्दैव असे की, हा मार्ग कोणीच दाखवत नाही, कोणालाच तो ठाऊक नाही. माझे वडील, माझे इतर शिक्षक, इतर ज्ञानी व्यक्ती, आमची पवित्र समजली गेलेली सारी कवने, यांपैकी कोणालाच ते ठाऊक नाही. त्यांच्या पवित्र ग्रंथांमध्ये सगळेच लिहिले होते – विश्वाचा उगम, बोलण्याचा उगम, अन्न, शारीरिक क्रिया, देवाने घडवून आणलेल्या घटना, ज्ञानेंद्रियांची रचना – अशा अक्षरशः अगणित गोष्टींची त्यांना जाण होती. पण त्या एकमेवाद्वितीय तत्वाची जी सर्वाधिक महत्वाची आहे – त्याची जाण नसली, तर या इतर साऱ्या गोष्टींची माहिती असण्याला काही अर्थ आहे का?

या पवित्र ग्रंथांमधील बऱ्याच कवनांमध्ये, नेमके सांगायचे तर *सामवेदात* या सगळ्याच्या केंद्रस्थानी असणाऱ्या आणि मूलभूत तत्वाबद्दल तत्कालीन ऋषीमुनींनी केलेली सुरेख कवने आहेत. तेथे असा उल्लेख आहे की : *तुझा आत्मा हेच सारे विश्व आहे.* तो कवी पुढे असेही म्हणतो की : *अतिशय गाढ झोपेत असताना माणूस केंद्रस्थानी जाऊन पोहोचतो आणि आत्म्याच्या ठिकाणी स्थिर होतो.*

मधमाशीने मध गोळा करुन आणावा, तद्वत सर्व ज्ञानियांकडून मिळालेले ज्ञानकण त्या सूक्तांमध्ये एकत्रित केलेले आहेत. त्या विद्वान ब्राह्मणांनी पिढ्यानपिढ्या सांभाळून ठेवलेले ते सारे विचारधन, त्याला कोणत्याही प्रकारे हिणकस लेखण्याचा प्रश्नच नव्हता. पण त्या साऱ्या ज्ञानी व्यक्ती कुठे होत्या, ज्यांनी न केवळ हे आत्म्यासंबंधी सगळे जाणले,

तर ते त्या जाणिवेत सारे आयुष्य जगले. आत्म्यासंबंधी सगळे जाणून, विचारांवर आलेली झापड घालवून देणारा, आणि त्या ज्ञानाच्या प्रकाशात स्वत:चे जीवन व्यतीत करणारा तो महात्मा कुठे आहे? आपल्या ज्ञानामुळे सगळ्यांच्या अतीव आदराला पात्र झालेले असे अनेक ब्राह्मण, खासकरुन त्याचे स्वत:चे वडील, सिद्धार्थला ठाऊक होते. त्याचे वडील अतिशय शांत आणि अनुकरणीय अशा स्वभावाचे होते. त्यांचे विचार, त्यांचे बोलणे-चालणे हे सारे शुद्धतेने परिपूर्ण होते. पण, त्यांच्याजवळ जितके ज्ञान आहे, त्यात त्यांचे आयुष्य समाधानाचे आहे का? त्यांना आत्मिक शांतीचा लाभ झाला का? की ते सुद्धा अद्याप तहानलेलेच आहेत. त्या निष्कलंक व्यक्तीला सुद्धा प्रत्येक दिवशी पापे का धुवून टाकावी लागत आहेत? त्यांच्यात का आत्मा नाहीये? त्या मूलतत्वाचा विशुद्ध झरा त्यांच्यातून वाहत नाही आहे का? ते मूलतत्व आपल्यातच सापडायला हवे. बाकी सारे नुसतेच सैरावैरा भटकणे आहे, हरवून जाणे आहे.

अशा साऱ्या विचारांच्या आवर्तात सिद्धार्थ सापडलेला होता. ही त्याची तहान होती. हे विचार त्याच्या दु:खाचे मूळ होते. *छांदोग्य* उपनिषदातली ती वचने तो नेहमीच स्वत:शी उच्चारत रहायचा :

ब्रह्म हेच सत्य आहे -
खरोखर हे जो जाणतो,
तो आज स्वर्गसुखाचा अनुभव घेईल.

बऱ्याचदा हे स्वर्गीय जग त्याला अगदी हाकेच्या अंतरावर असल्यासारखे वाटे, पण सिद्धार्थ तेथवर कधी पोचू शकला नाही. त्याची ती तहान कधी पूर्णपणे शमली नाही. तो जितक्या जणांना ओळखत होता आणि ज्यांच्याकडून त्याने विद्या प्राप्त केली होती, अशा कोणत्याच विद्यावंताला त्या शेवटच्या मुक्कामावर पोहोचणे अद्याप साध्य झाले नव्हते, कोणत्याच मुखी त्या अमृताचे थेंब अद्याप पडले नव्हते.

कितीतरी वेळ सिद्धार्थ आपल्या विचारात मग्न होता. मनी हे सारे

विचारमंथन चालू असताना एके क्षणी सिद्धार्थला समोरुन गोविंदा येताना दिसला. तो गोविन्दाला म्हणाला, 'गोविंदा, मित्रा, चल माझ्याबरोबर! त्या वडाच्या झाडाखाली बसून आपण ध्यान करू!'

मग ते दोघे जण त्या वडाच्या झाडाखाली बसले. ॐचा उच्चार करण्याआधी सिद्धार्थने आपल्या आवडत्या ओळी मनाशीच पुन्हा गुणगुणल्या :

ॐ हे धनुष्य आहे, आत्मा हा बाण आहे,
ब्रह्म हे बाणाचे लक्ष्य आहे,
त्याचा निरंतर वेध घेतला पाहिजे.

रोजच्याप्रमाणे ठराविक वेळ ध्यानाचा अनुभव घेतल्यानंतर गोविंद जागेवरुन उठला. संध्याकाळ झाली होती. स्नानसंध्या आणि अभिषेकाची वेळ झाली होती. त्याने सिद्धार्थला हाक मारली, पण त्याने त्याला कुठलाही प्रतिसाद दिला नाही. सिद्धार्थ आपल्याच विचारांमध्ये हरवून दूरवर नजर लावून बसला होता. त्याचा श्वास कमालीच्या मंदगतीने सुरू होता. तो ॐ च्या चिंतनात बसला. आत्ताचा क्षण पूर्ण आहे, असे समजून तो ॐ चे ध्यान करू लागला.

एकदा तीन तीर्थयात्री साधू सिद्धार्थाच्या गावात वस्तीला आले होते. ते तिघेही मध्यमवयीन साधू धुळीने पार माखलेले होते. त्यांची त्वचा उन्हाने रापलेली, दुबळ्या शरीराचे असे होते आणि लज्जारक्षणापुरतीच वस्त्रे त्यांच्या अंगावर होती. एकाकीपणा त्यांना वेढून होता. त्यांना कशाचीच लालसा नसावी आणि एखादी उद्‌भवली, तरी निर्ममपणे तिला ते निखंदून काढत असतील, असे वाटत होते.

त्या दिवशी संध्याकाळी ध्यान विसर्जित करुन उठल्यावर सिद्धार्थ

गोविन्दाला म्हणाला, ‘मित्रा, उद्या पहाटे मी त्या साधूकडे जाणार आहे. का ते मला माहित नाही. पण मी त्या साधूकडे जाणार आणि मी त्या साधूंच्या समूहात प्रवेश करणार!’

आपल्या मित्राच्या निर्विकार चेहऱ्यावर गोविंदाने हा निर्णय स्पष्टपणे वाचला. जणू काही धनुष्यातून सुटलेला बाण असावा! ते ऐकून गोविंदाची विलक्षण चलबिचल झाली. त्याला पराकोटीचे दु:ख झाले. त्या क्षणी गोविंदाला कळून चुकले की हा केवळ एक प्रारंभ आहे. मोठ्या प्रवासाला आता नक्कीच सुरवात होणार! सिद्धार्थाला त्याची दिशा स्पष्ट दिसते आहे. सिद्धार्थच्या आयुष्यातले अदृष्टातल्या घटनांचे अंकुर आता मातीतून फुटायला सुरुवात झाली आहे, आणि त्याच्याबरोबरीने आपल्यालाही त्या दिशेने पावले टाकायची आहेत.

गोविंदाने एक क्षण सिद्धार्थकडे एकटक पाहिले आणि मग न राहून विचारले, ‘पण सिद्धार्थ, तुला तुझे वडील अनुमती देतील का?’

सिद्धार्थने मान वळून गोविंदाकडे पाहिले. त्याची चलबिचल, त्याच्या मनातले तरंग सिद्धार्थच्या क्षणात लक्षात आले. तो मंदपणे त्याच्याकडे पाहून हसला आणि मग शांतपणे उद्‌गारला, ‘अरे गोविन्दा, आपण आता अधिक चर्चा करायला नको. जेवढा अधिक मंथन करू किंवा मागे वळून पाहू, तितके आपण अधिकाधिक अडकू! उद्यापासून त्या साधुत्वाच्या दिशेने मार्गक्रमण करायचे आहे. एका नव्या यात्रेला आता प्रारंभ करायचा आहे. तू आता यावर जास्त काही बोलू नकोस!’

‘जशी तुझी इच्छा!’, गोविंदा म्हणाला.

सिद्धार्थ आपल्या वडिलांच्या खोलीत जाऊन त्यांच्या मागे उभा राहिला. ते कडूनिंबाच्या चटईवर बसले होते. थोड्या वेळाने त्याच्या वडिलांना आपल्यामागे कोणीतरी असल्याची चाहूल लागली. त्यानी सहजपणे मागे वळून सिद्धार्थकडे पाहिले.

मोठ्या कुतूहलाने वडिलांनी आपल्या मुलाला विचारलं, ‘सिद्धार्थ,

तुला माझ्याशी काही बोलायचं आहे का? तुला काही सांगायचं आहे?'

सिद्धार्थनी आपल्या वडिलांच्या डोळ्यात पाहिलं. वडिलांना आपला निर्णय कसा सांगावा, याचा तो क्षणभर विचार करू लागला.

सिद्धार्थ काहीच बोलत नाहीये, हे पाहून त्याचे वडील त्याला म्हणाले, 'अरे असा संकोचू नकोस! जे काही तुझ्या मनात चालले आहे, ते तू मला सांग! अगदी निर्भयपणे सांग!'

सिद्धार्थाने मनाशी काही शब्द जुळवले आणि तो आपल्या वडिलांना म्हणाला, 'आपल्या गावात तीन संन्यासी-साधू आले आहेत. त्या साधूंबरोबर आपणही जावं, असे माझ्या मनानं घेतलं आहे. कृपा करुन तुम्ही मला अनुमती द्या!'

सिद्धार्थच्या बोलण्यावर त्याचे वडील गप्प बसले. क्षणभर त्यांनी आपले डोळे मिटून घेतले. ही वेळ कधीतरी येणार होती, हे त्याना ठाऊक होतं! पण इतक्या लवकर हा शोधयात्रेला प्रारंभ करेल, असे त्यांना काही वाटलं नव्हतं!

छातीवर हाताची घडी घालून सिद्धार्थ शांतपणे उभा होता. वडील त्याच्याजवळ गेले. त्याच्या खांद्यावर हात ठेवत म्हणाले, 'तुझ्या या इच्छेने मी खूप अस्वस्थ झालो आहे. खरं तर ब्राह्मणाने कठोरपणे, रागाने कधी बोलू नये. पण या क्षणी मला तुझा अतिशय राग येतो आहे.' असे म्हणून ते काही क्षण गप्प राहिले आणि मग एकदम उसळून म्हणाले, 'तू हे काय आरंभले आहेस? तू काय करतो आहेस, ते तुझे तुला तरी कळते आहे का?'

बराच वेळ कोणीच काही बोलत नव्हतं!

काही वेळानं सिद्धार्थ आपल्या वडिलांना म्हणाला, 'माझा निर्णय तुम्हाला रुचणार नाही, हे मला माहित आहे. पण तरीही तुम्ही मला अनुमती द्यावी, अशी माझी तीव्रतम इच्छा आहे.'

त्यावर वडिलांनी त्याच्याकडे एक जळजळीत कटाक्ष टाकला आणि दुसऱ्या क्षणी ते आपल्या कक्षात गेले. अंथरुणावर आडवे झाले तरी त्यांना झोप लागेना! मग ते उठून उभे राहिले आणि आपल्याच कक्षात येरझाऱ्या घालू लागले. एक क्षणी ते थांबले आणि खिडकीतून बाहेर पाहू लागले. सिद्धार्थ तेथेच उभा होता. आपल्या पित्याची अनुमती घेण्यासाठी तो अडून बसला होता. वडिलांच्या मनात आलं, याला अनुमती तरी कशी देणार? मनावर दगड ठेवून याला असंच जाऊ द्यायचं? त्याच्या अशा जाण्यानं त्या माऊलीची-आईची काय अवस्था होईल! असा हा वेडावाकडा विचार त्याच्या मनात आत्ताच का आला? अर्थात एकदा सिद्धार्थने मनात घेतलं म्हणजे घेतलं! आपल्या मुलाचा हट्टी स्वभाव त्या पित्याला पक्का ठाऊक होता.

बळेबळेच त्या दुःखी पित्याने झोपायचा प्रयत्न केला, पण आज त्यांना काही झोप येत नव्हती. मन विचारांनी ठणकत होतं!

सिद्धार्थ मात्र अजूनही त्याच ठिकाणी अंधारात तसाच उभा होता. त्या दुःखी पित्याच्या मनात आलं, याला कशी अनुमती देऊ? याला आता मी कसे समजावू?

पहाटेपर्यंत हा खेळ असाच चालू होता. त्या पित्याच्या मनात असंख्य विचारांचे काहूर माजले होते. नेमके काय करावे, हे त्यांना आज उमगत नव्हते! सिद्धार्थ आपल्यापासून दूर जाणार, या नुसत्या कल्पनेनेच ते कमालीचे अस्वस्थ झाले. डोळ्यातले अश्रू बाहेर येऊ नयेत, म्हणून त्यांनी आपले डोळे गच्च मिटून घेतले.

काय करू मी? या वेड्या मुलाला मी कसे समजावू?...ते स्वतःशीच बोलत होते.

एके क्षणी मनाशी काहीबाही निश्चय करुन ते सिद्धार्थच्या जवळ गेले. डोळ्यातले अश्रू आतच गिळत ते त्याला म्हणाले, 'हे रे काय, तू

अजूनही इथंच उभा आहेस! तू कशासाठी थांबला आहेस?'

'तुम्हाला ते ठाऊक आहे.'

'तू असा किती काळपर्यंत उभा राहून वाट पाहणार आहेस?'

'मी उभा राहीन आणि वाट पाहीन.'

'सिद्धार्थ तू थकशील.'

'हो, मला थकायला तर होईलच.'

'सिद्धार्थ, तुला झोप लागेल.'

'नाही, मी झोपणार तर नाहीच.'

'सिद्धार्थ, तू प्राणाला मुकशील.'

'हो. मी मरेन.'

'म्हणजे आपल्या वडिलांची आज्ञा पाळण्यापेक्षा मरण पत्करणे तुला श्रेयस्कर वाटते आहे का?'

'मी नेहमीच तुमची आज्ञा पाळत आलो आहे.'

'म्हणजे तू तुझा बेत बदलणार नाहीस का?'

'तुम्ही मला जे काही करायला सांगाल, ते मी करीन. '

दिवसाची पहिली किरणे खोलीत डोकावू पहात होती. कितीही आणि कसेही समजावले तरी हा हट्टी मुलगा आपल्या निर्णयापासून ढळणार नाही. आपण याला अनुमती दिली नाही, तर तो असाच, कशातच नसल्यासारखा, जगत राहिल!

एके क्षणी त्यांनी मनाचा हिय्या केला आणि ते सिद्धार्थला म्हणाले, 'ठीक आहे. तुझा निर्णय जसा असेल, तसा असेल! अर्थात मी तुला अनुमती कोण देणार! जन्माच्या वेळीच तुझी नाळ तुटली होती. पण ती आमच्या परीने आम्ही ती जपली होती. हे धागे तोडून तू आपल्या प्रवासाला निघतो आहे. बेटा, हा आत्मशोधाचा प्रवास खूप खडतर आहे. तू परिव्राजक होऊन अरण्यात जा! अरण्यात जाणे हे एक प्रकारे एकांतात, निसर्गाच्या कुशीत आणि मुख्य म्हणजे स्वत:च्या जवळ जाण्यासारखेच

असते. अरण्यात एकाकी जीवाला मैत्र सापडतेच. ध्यानमयता, सत्य किंवा जीवनाचा अर्थ, पूर्णतेचा तसेच स्वत:चा शोध घेण्याची ऊर्मी उराशी बाळगत ब्रह्माच्या चिंतनात निमग्न हो! ऐहिकापलीकडच्या आनंदाप्रत तुला जायचे आहे. या प्रवासात तुला तुझे इप्सित साध्य होओ, अशी त्या ईशचरणी प्रार्थना करतो. मी तर तुझ्या सोबत नेहमीच असणार आहे. अगदी प्रत्येक क्षणी! कधीही माझी आठवण कर! या प्रवासात तुला कधी परतावेसे वाटले, तर तू परत ये. तुझे स्वागतच असेल! मग आपण त्या नियंत्याला शरण जाऊ आणि त्याची आत्तासारखीच उपासना करू! खरे तर तू ज्याच्या शोधात चालला आहेस, ते तुझ्या जवळच आहे. पण ते शोधायला मात्र तू घराबाहेर पडतो आहेस. एक गोष्ट खरी की यातूनच तुला सूज्ञता येणार आहे आणि परिपक्वताही! या प्रवासात हे काही हाती गवसेल, ते आपल्या चोचीने वेच! आवडनिवडशून्यतेने जग! फक्त जाताना आपल्या आईला सांगून जा! तिचा आशीर्वाद घे. माझा तर आशीर्वाद तुझ्या मागे आहेच! ये आता! खूप दूरवर जायचे आहे तुला. आपल्या मार्गाने जाण्यात तुला तुझे सारसर्वस्व लाभणार असेल, तर तू तुझ्या मार्गाने जा! नि:शंक मनाने जा. आमचे अश्रू तुझ्या पावलात कधीही येणार नाहीत.'

पित्याचे ते शब्द ऐकून सिद्धार्थाच्या डोळ्यात अश्रू जमा झाले. त्याने वडिलांना नमस्कार केला. मग तो आत घरात गेला, आईच्या पाया पडला आणि तिचा साश्रू नयनाने सिद्धार्थने तिचा निरोप घेतला.

वडिलांनी आपले अश्रू मोठ्या कष्टाने आवरले. आपले आले डोळे त्याला न दाखवत ते त्याला म्हणाले,'चल, माझी स्नानसंध्येची अन अभिषेकाची वेळ झाली.'

असे म्हणत दुसऱ्याच क्षणी तो पिता दु:खी अंत:करणाने आपल्या कक्षात गेला. त्यांच्या त्या पाठमोऱ्या आकृतीकडे सिद्धार्थ काही वेळ पहात राहिला. मग स्वत:ला सावरत त्याने आपल्या प्रवासाला प्रारंभ केला. वाटेतच गोविंदा वडाच्या झाडापाशी उभा होता.

सिद्धार्थने क्षणभर त्याकडे पाहिले आणि तो आपल्या मार्गाने चालू लागला.

'मीही तुझ्या बरोबर येणार आहे.'

'अरे पण हा माझा शोध आहे आणि तो मलाच करावा लागणार आहे. या प्रवासात साथ सोबत नसते. अखेरीस हा प्रवास एकट्यानेच करायचा असतो.'

'मला ठाऊक आहे ते. तरीही मी तुझ्याबरोबर येणार आहे.'

सिद्धार्थ हसून गोविंदाला म्हणाला, 'मला ठाऊक होतं, तू येणार म्हणून! पण तरीही पुन्हा एकदा विचार कर..'

'मी पूर्ण विचार केला आहे. चल...'

****

२

साधकांसमवेत

‘चल लवकर, पाय उचल! सूर्यास्त व्हायच्या आत आपल्याला त्या तिघा साधूंना गाठायचे आहे.’

‘सिद्धार्थ, ते आपल्या दोघांना त्याच्यांत सामील करुन घेतील?’

‘का नाही?’

‘हा मार्ग खूप दूरवरचा आणि खडतर आहे.’

‘गोविन्दा, अरे प्रत्येक प्रवासात अडथळे हे असतातच, पण त्याला अक्रिय सावधानतेने थेट सामोरे जाण्यातच खरा शहाणपणा असतो.’

‘एक विचारू तुला?’

‘आपल्याला नक्की कुठं जायचं आहे, याचे भान आहे तुला?’

‘नाही, पण गोविंदा, हा प्रवास अटळ आहे आणि या प्रवासातच एक धुंद हर्षवेदना आहे, हे मात्र मला चांगले ठाऊक आहे. आपल्या घरापासून फुटणाऱ्या या साऱ्या वाटा! त्यातीलच एक वाट आपण निवडली.’

‘माणसाला निवडीचे स्वातंत्र्य आहे?’

‘निवड तर होत गेली.’

'तुला स्वत:ला आतून काय हवे आहे, हे ठाऊक आहे ना?'

'ठाऊक असल्यासारखे वाटते आहे खरे! अज्ञाताच्या या गूढ धुक्यातून त्या दिव्य प्रकाशाप्रत मला जायचे आहे. खरे तर, हा प्रवास प्रत्येकाला एकट्यानेच करायचा असतो. इथे साथ-सोबत कोणाची नसते. म्हणूनच म्हणतो, तू आत्ताच विचार कर आणि मागे फिर! माझ्याबरोबर स्वत:ची फरफट करुन घेशील! गोविन्दा, असाध्याकडे जाणारा हा मार्ग आहे. या मार्गात पावलंच काय, पण मनही बधीर होऊन जाते. पावलं रक्ताळतात. अनेकदा तर आपण कोठे चाललो आहोत, याचे स्मरण रहात नाही. एक मात्र खरे की, आपला हा प्रवास जाणिवेचा, जागृतीचा होणार आहे आणि मुख्य म्हणजे आपली गती आपल्याला श्रेयसंपादन करुन देणार आहे. तू पुन्हा एकदा विचार कर!

'मी पूर्ण विचार केला आहे सिद्धार्थ! आता मागे परतणे नाही. जो पर्यंत तू मला जाण्याची आज्ञा देत नाहीस, तोपर्यंत तू जिथे जाशील, तेथे मी तुझ्याबरोबर असेन! अगदी सावलीसारखा!'

क्षणभर सिद्धार्थची पावलं थबकली. त्याने मोठ्या कौतुकानं गोविन्दाकडे पाहिलं आणि हसत हसत तो त्याला म्हणाला, 'तू अगदी हट्टी आहेस.'

'मला माहीत आहे ते.'

'चल लवकर! पावलं उचल! काळोख दाटायच्या आत आपल्याला त्या साधूंना गाठायचे आहे.'

दुसऱ्याच क्षणी ते दोघे जण झपझप पावलांनी वेगाने दाटणाऱ्या अंधारात चालू लागले. शेवटी त्या दोघांनी त्या साधूंना गाठलेच! सिद्धार्थ आणि गोविंदने त्यांच्याजवळ आपल्याला बरोबर घ्यावे, अशी विनंती केली. इतकेच नव्हे तर, आम्ही आपल्या सर्व आज्ञांचे व उपासनांचे पालन

करू, असे आश्वासनही त्या दोघांनी, त्या साधूंना दिले.

अखेर त्या साधूंनी त्या दोघांना आपल्यात सामावून घेतले.

सिद्धार्थने आपली सारी वस्त्रे वाटेत भेटलेल्या एका निर्धन ब्राह्मणाला देऊन टाकली. आता फक्त एक कटीवस्त्र आणि एका उपरण्यासारखे वस्त्र, इतकेच त्याच्याजवळ शिल्लक राहिले. तो आता एकभुक्त राहू लागला आणि तेही शिजवलेले नसे. त्याने प्रथम दोन आठवडे व त्यानंतर चार आठवडे उपास केला. त्याच्या मांड्या आणि गालांवरचे मांस पूर्णपणे झडून गेले. त्याच्या शुष्क झालेल्या बोटांवर लांबलचक नखे वाढली आणि हनुवटीवर कोरडी, रुक्ष दाढी वाढली. स्त्रियांकडे पाहताना त्याची नजर निर्विकार होत असे आणि नगरातून जाताना चांगले कपडे अंगावर घालून जाणारी माणसे पाहिली की त्याच्या नजरेत तिरस्कार, घृणा उमटू लागली. व्यापार करणे, शिकार करणे, विविध खेळ खेळणे, प्रियजनांच्या मृत्यूमुळे विलाप करणे, वेश्यांनी पुरुषांना आकर्षित करण्याचा प्रयत्न करणे, वैद्यांनी आजाऱ्यांवर औषधोपचार करणे, पुरोहितांनी विविध कार्यासाठी मुहूर्त शोधून देणे, प्रेमिकांनी प्रेमालाप करणे, मातांनी आपल्या शिशूंचे लालनपालन करणे, हे सारे सारे ऐहिक खेळ त्याला निरर्थक वाटू लागले. का कुणास ठाऊक, ह्या सगळ्यात त्याला अर्थहीनता वाटत होती. अवतीभोवतीचे काही जण भावनाशीलता, आनंद व सौंदर्यपूर्णतेचा भास निर्माण करीत आहेत, असे त्याला सारखे वाटायला लागले. एकूणच, लौकिक गोष्टी प्राप्त करुन घेण्यापेक्षा, जर त्याच्या पलीकडील काही प्राप्त करुन घेण्यासाठीच बुद्धिमत्तेची-प्रज्ञेची वाढ करीत आपण राहिलो, तर आपण सहजपणे एकटेपणाच्या पलीकडे जाऊ शकू, अशी त्याला खात्री होती आणि त्याच दिशेने त्याचे सारे प्रयास सुरू होते.

पावले पुढे पुढे सरकत होती, थकत होती. तरीही त्याकडे फारसे लक्ष

न देता, सतत नव्या उभारीने सिद्धार्थ पुढे पुढे जात होता. त्याच्या मनाची एकच तळमळ होती आणि ती म्हणजे, सर्वार्थाने मुक्त होणे, मनाला नि:शेष रिक्त करणे, आपल्या इच्छा संयमित करणे, स्वत:ला जास्तीत जास्त जाणून घेणे तसेच स्थिर अंत:करणाने वर्तमानातील प्रत्येक क्षण कारणी लावत, त्यातला अर्थ आणि शहाणपण टिपण्याचा प्रयत्न करणे, आंतरिक व बाह्य संघर्षापासून सदैव मुक्त राहणे, मुख्य म्हणजे स्वत: कधी दुखावले जायचे नाही आणि इतरांना न दुखावण्याची कोमलता अंगी बाळगायची, काही मागायचे नाही आणि काहीही नको आहे, हे विचार मनात स्थिर करायचे, अशा पद्धतीने सिद्धार्थ आपल्या रोजच्या जगण्याला नवे आयाम देण्याचा प्रयत्न करीत होता. प्रेम-मैत्र, करुणा-कल्याणप्रतता, संपूर्ण मुक्तता, स्वातंत्र्य यासह आपण जर जीवनभर निरामय जगत राहिलो, तर मग आपल्यात मूलभूत आणि तरीही अंतिम असलेले एकच तत्त्व शिल्लक राहील. या सर्वातून मिळणारी शांती आणि आत्मसुख आपल्याला ऐहिकतेच्या आनंदमय तत्वाकडे सहज पलीकडे घेऊन जाईल. मुख्य म्हणजे, याची खात्री सिद्धार्थला वाटत होती.

सिद्धार्थच्या मनात एकच ध्येय उरले : मोकळे होणे, तहानभूक, इच्छाआकांक्षा, आनंद, दु:ख भावभावना या सगळ्यांतून मोकळे होणे, मेल्याप्रमाणे जगायला शिकणे, 'स्व'विसरून जाणे, चित्त रिकामे करुन स्थिरचित्त असण्याचा अनुभव घेणे, नि:स्वार्थी होणे, हे सिद्धार्थचे इप्सित झाले. एकदा स्वत्व नष्ट झाले, मनात कोणतीही इच्छा उमटत नाही, अशी स्थिती झाली की माझ्यातले ते मूलभूत आणि तरीही अंतिम असलेले तत्व शिल्लक राहील, असे त्याला वाटत होते.

सिद्धार्थने शांतपणे स्वत:चे शरीर मध्यान्हीच्या आग ओकणाऱ्या

सूर्यासमोर उघडे केले. शरीर भाजण्याच्या त्या दु:खाने आणि तहानेने व्याकूळ होऊन तो तसाच शरीर भाजण्याची किंवा तहानेची संवेदना नष्ट होईपर्यंत उन्हात उभा राहिला. वरुन पाउस कोसळत असतानाही तो तसाच पावसात भिजत उभा राहत असे. केसामधून ठिबकणारे पाणी त्याच्या गारठलेल्या खांद्यावरुन, कमरेवरुन, पायावरुन वाहत असे. कधी तो काटेरी झुडुपात शिरत असे. त्या काट्यांनी त्याचे शरीर रक्तबंबाळ होई, सगळ्या त्वचेची आग होऊ लागे, ठसठसणाऱ्या जखमांमधून पू वाहत असे, पण तरीही सिद्धार्थ शांतपणे तेथे पडून राही. रक्त वाहणे पूर्णपणे थांबले, एकही काटा टोचल्याची जाणीव होत नाही, त्वचेची आग होत नाही, अशी स्थिती होईपर्यत तो तेथेच राही.

अलीकडे सिद्धार्थ श्वासावर आपले लक्ष केंद्रित करीत होता. एका जागी बसून कमीत कमी श्वासोच्छवास करण्याचा अभ्यास तो करायचा! एकदा तर त्याने श्वासोच्छवास पूर्णपणे थांबवण्याचा अभ्यास केला. श्वासाबरोबर हृदयाचे ठोकेही मंद मंद करीत जावे आणि त्या लयीत ध्यानावस्थेतील तेजप्रकाश अनुभवावा, असा त्याचा प्रयत्न चालू होता. आपल्या आत व बाहेर प्रत्यक्ष काय घडते आहे, याचे आकलन करुन घेणे सिद्धार्थला फार महत्वाचे वाटू लागले. अज्ञान, भीती तसेच अभिलाषा यांच्या प्रक्रियेचे स्वत:साठी तो अवलोकन करू लागला. रोजच्या तास न तास कलेल्या ध्यानामुळे जीवनाचे सौंदर्य व संपूर्णत्व त्याच्या आकलनात हळूहळू येऊ लागले. स्वत:च्या अगदी जवळून जोवर प्रारंभ होणार नाही, तोवर फार दूर जाणे शक्य होणार नाही, हे सिद्धार्थने ओळखले होते.'

सर्वात वृद्ध जर्जर साधूच्या सूचनेवरुन सिद्धार्थने, त्यांच्या नियमांनुसार स्वत:ला नाकारण्याचा आणि ध्यानाचाही अभ्यास केला. एक बगळा बांबूच्या बेटावरुन उडत चालला होता. सिद्धार्थने स्वत:चा आत्मा त्या

बगळ्याच्या आत्म्याशी एकरुप केला. मग बगळा होऊन तो जंगलावरुन, पर्वतांवरुन उडत गेला. त्याने मासे पकडून खाल्ले. बगळ्याच्या भुकेची आग सोसली, बगळ्याप्रमाणे आवाज केला आणि शेवटी बगळ्याच्या मरण्याचाही अनुभव घेतला. एका मेलेल्या कोल्ह्याचे शरीर नदीकाठी वाळूत पडलेले होते. सिद्धार्थचा आत्मा त्या शरीरात शिरला आणि मेलेला कोल्हा होऊन तो वाळूत पडून राहिला. त्याचे शरीर कुजले, त्याला दुर्गंधी येऊ लागली, तरसांनी त्याला फाडून खाल्ले, गिधाडांनी त्याची कातडी सोलली. त्याचा फक्त सांगाडाच शिल्लक राहिला आणि तो शेवटी त्या वाळूत जिरुन गेला.

एवढे झाल्यानंतर सिद्धार्थचा आत्मा परत त्याच्या शरीरात आला. त्याने मरण, कुजणे, वाळूप्रमाणे उडून जाणे, जन्म-मरणाचे भांबावून टाकणारे अंधकारमय चक्र...अशा एक ना अनेक गोष्टींचा अनुभव घेतला. पण त्याची ती ज्ञानसंपादनाची तहान तशीच राहिली. तो एखाद्या शिकाऱ्यासारखा या जन्म-मरणाच्या चक्रातून सुटण्याच्या संधीची वाट पहात थांबला होता. तसे झाल्यास सगळी कार्यकारणपरंपरा संपली असती आणि अनंत काळापर्यंत दु:ख आणि वेदनांचे कारणच नष्ट झाले असते. त्याने स्वत:च्या संवेदना-भावना मारून टाकल्या, स्मृती नष्ट केली. स्वत:मधून बाहेर पडून आधीसारखाच विविध शरीरांचा, योनींचा अनुभव घेतला. तो कधी प्राणी झाला, तर कधी सडलेले प्रेत झाला, तर कधी लाकूड, दगड, पाणीही झाला. पण प्रत्येक वेळी त्या अनुभवातून जागा होताना, तो पुन्हा सिद्धार्थच झाला. काही केले तरी तशाच चक्रामधून फिरुन जाताना पुन्हा आपली स्वत:ची तहान त्याला अधिक सतावायला लागली. तीच तहान, ते मूलतत्व जाणण्याची, त्याचा अनुभव घेण्याची!

साधूंच्या सोबतीत सिद्धार्थ बऱ्याच गोष्टी शिकला. तो स्वत:पासून दूर जायचे अनेक मार्ग शिकला. त्यापैकी एक होता, जाणूनबुजून स्वत:च्या शरीराला दु:ख देऊन म्हणजेच आत्मपीडनाच्या मार्गाने स्वत:ला नाकारणे.

हे करताना तो शारीरिक वेदना, भूक, तहान, थकलेपणा हे सारे सहन करीत गेला. या सर्व वेदना सहन करुन त्याने त्यांच्यावर विजय मिळवला. दुसऱ्या मार्गाने म्हणजे ध्यानाद्वारे स्वत:ला नाकारताना स्वत:चे मन संकल्पनांपासून, विचारांपासून मोकळे आहे, अशी कल्पना त्याने केली. या आणि अशाच मार्गांनी जाऊन त्याने हजारो वेळा स्वत:चा म्हणजे स्वत:च्या देहभावनेचा त्याग केला आणि तास न तास, दिवसेंदिवस स्वत:पासून दूर राहिला. पण या मार्गांनी तो काही काळ स्वत:पासून दूर जाऊ शकला, तरी तो शेवटी स्वत:कडेच येई! जरी सिद्धार्थ हजारो वेळा स्वत:पासून दूर जाऊन काहीवेळा निर्विकार, निर्विचार झाला, जरी त्याने स्वत:चे सिद्धार्थपण नष्ट करण्याचा प्रयत्न केला, तरी त्याला स्वत:मध्ये परत येणे काही टाळता आले नाही.

गोविंद सिद्धार्थबरोबर सावलीसारखा कायम असे. सिद्धार्थ ज्या मार्गावरुन चालला होता, तोच मार्ग गोविंदनेही स्वीकारलेला होता. सिद्धार्थ इतकेच श्रम गोविंदही घेत होता. हा अभ्यास सुरू असताना ते दोघे जण कामाशिवाय एकमेकांशिवाय बोलतही नसत! अधूनमधून स्वत:साठी आणि आपल्या गुरुंसाठी भिक्षा मागण्यासाठी ते दोघे जण गावात एकत्र जात असत!

असेच एकदा भिक्षेसाठी गावात गेलेले असताना काहीसा थकलेला सिद्धार्थ एका झाडाखाली बसला. तो विचारमग्न असलेला पाहून गोविंदाने त्याला विचारले, 'सिद्धार्थ, कसला विचार करतो आहेस?'

'काही नाही. असंच...'

'मला सांगण्यासारखं नाहीये का?'

‘तसं नाहीये रे...इथवर आलो खरं, पण आपली ओंजळ रिकामीच राहिली की काय, असंच सारखं वाटतं आहे.’

‘असं का म्हणतोस! अरे आपण बरंच काही शिकलो आहे आणि अजूनही पुढे शिकूच की! सिद्धार्थ, माझा ठाम विश्वास आहे की, तू एक महान साधू होशील! प्रत्येक गोष्ट तू तीव्रतम वेगाने आत्मसात करीत चालला आहेस. ते वृद्ध ज्येष्ठ साधू तर तुझ्यावर नेहमीच प्रसन्न असतात. एक दिवस तू सर्वार्थाने परिपूर्ण, परिपक्व आणि खऱ्या अर्थाने प्रज्ञावंत साधू होशील! त्यानंतरच्या जीवनात तुझ्या मनात कधी आणि कशाच्याही संबंधात विचार डोकावणारच नाहीत. तू सदैव ध्यानमग्न अवस्थेत कालरहिततेत आणि मुख्य म्हणजे ऐहिकापलीकडील निरामय एकाकी जीवन जगत राहशील! ते जीवन कमालीचे अलौकिक जीवन असेल!’

‘नाही रे गोविंदा, मी अजूनही काहीसा निराशच आहे. खरं सांगायचं झाल्यास, या साधूंच्या संगतीत राहून मी आजवर जे काही शिकलो, ते मी अधिक चटकन आणि सोप्या पद्धतीने शिकलो असतो. आपल्या गावात जिथे भोगविलासाची सगळी साधने उपलब्ध आहेत, तिथेही मी या साऱ्या गोष्टी आत्मसात करू शकलो असतो.’

‘सिद्धार्थ, तुला खरोखरीच असं वाटतं?’

‘हो, वाटतंय खरं!’

‘अरे सिद्धार्थ, ध्यान करणे, श्वासावर नियंत्रण ठेवायला शिकणे, भूक-वेदना यांच्यावर विजय मिळविणे, अशा गोष्टी तू त्या तिरस्करणीय लोकांमध्ये राहून कसा काय शिकू शकला असतास?’

गोविंदा या ना त्या प्रकारे सिद्धार्थला प्रश्न विचारत होता. सिद्धार्थाची नजर मात्र शून्यात हरवलेली! त्याच्या मनात येत होतं, ध्यान, स्वत:चे शरीर सोडून जाणे, भुकेले राहणे, स्वत:चा श्वास रोखून धरणे, यात मोठेसे काय आहे? हे तर स्वत:पासून, मीपणाच्या दु:खापासून पळ काढणेच आहे. या सर्व पळवाटा व्यर्थ आहेत. खरं तर कुठलीही पळवाट न शोधता

आपल्या मानसिक अपुरेपणासमोर उभे राहता येईल का? आपली आंतरिक पोकळी झाकता येईल? आजवर मी या साधूंच्या संगतीत, वेदना आणि आयुष्याचा निरर्थकपणा यांच्यामुळे निर्माण होणाऱ्या संवेदनांना तात्पुरत्या बोथट करीत आलो. याच प्रकारची तात्पुरती सुटका बैलगाडी हाकणारा दारुच्या गुत्यात जाऊन करीत असतो. मग त्याला काहीकाळ स्वत:ची जाणीव रहात नाही. आयुष्याच्या कुठल्याही गोष्टीचे दु:ख त्या क्षणी त्याला नसते. कारण त्याच्या संवदेना तात्पुरत्या बोथट झालेल्या असतात. दारु पिऊन एकदा तो गाडीवान झोपला की सिद्धार्थ किंवा गोविंद बरीच साधना करुन देहभान विसरुन जे साधतात, तेच साध्य हा गाडीवान करीत असतो. तसं पाहिलं तर, त्या गाडीवानात आणि आपल्यात काय फरक आहे? वस्तुस्थिती अशी आहे की कुठलीही पळवाट वा मार्ग न शोधता या मानसिक अपुरेपणासमोर, आंतरिक दरिद्रतेसमोर आपल्याला ताठ मानेने उभे राहता आले पाहिजे. अखेरीस तळहातावर उरलं काय, तर केवळ थकला भागलेला असा रितेपणाच!

त्यानंतर एकदा सिद्धार्थ आणि गोविंद दोघेजण त्यांचे सहाध्यायी आणि गुरुजन यांच्यासाठी भिक्षा मागण्यास गावात आले असताना सिद्धार्थने बोलण्यास सुरुवात केली, 'गोविंद, तुला काय वाटतं? आपण दोघे योग्य मार्गावर आहोत का? आपण साक्षात्कार होण्याच्या आणि मुक्त होण्याच्या क्षणाजवळ जात आहोत का? की आपल्याला असं नुसतच वाटतंय की आपण एका दुष्ट चक्रातून बाहेर पडतो आहोत, पण खरेतर त्या चक्रात फिरत बसलो आहोत. फिरत बसणार आहोत.'

गोविंदाने त्याला समजावले, 'सिद्धार्थ, आपण खूप काही शिकलो आहोत, पण अजून बरंच काही शिकायचं बाकी आहे. तुला वाटतं तसं

आपण वर्तुळात फिरत नाही आहोत, तर वरच्या दिशेने आपला प्रवास सुरू आहे. कारण हे वर्तुळ नसून सर्पिलाकार आहे. आपण आतापर्यंत वर जाण्याच्या बऱ्याच पायऱ्या चढून आलो आहोत.'

बऱ्याच वेळानंतर सिद्धार्थ आपल्या विचारातून भानावर आला. एके क्षणी त्याने गोविंदाकडे पाहिलं आणि विचारलं, 'गोविंदा आपल्या गुरुजींचे काय वय असेल असे तुला वाटतं?'

'साठ एक वर्षे तरी असेल!'

'आता तूच बघ, वयाच्या साठीपर्यंत आपल्या गुरुजींना अजून निर्वाणाप्रत जाता आलेले नाही. पुढे त्यांचे वय वाढेल. ते सत्तरीत जातील आणि नंतर ऐंशी वर्षे! त्यांच्याप्रमाणे आपणही असेच वाढत जाऊ! आपली साधना अशीच सुरू राहील. आपण उपास करू, ध्यानधारणा करीत राहू, पण...'

'पण काय...?'

'आपण मोक्षाप्रत काही जाऊ शकणार नाही. तेही नाही आणि आपण नाही. आपण असेच तहानलेले राहू! आपल्याला स्वास्थ्य, आराम सारे काही मिळेल. आपल्याला बधीरपणा येईल, आपण इतरांना फसवू शकू, पण सगळ्यात महत्वाची गोष्ट – तो सर्वश्रेष्ठ मार्ग, तो काही आपल्याला गवसणार नाही.'

'सिद्धार्थ, तू असं का बोलतो आहेस? मला आता तुझीच भीती वाटायला लागली आहे. अरे, आपले स्वप्न असे ओघळणार नाही. त्याचे नक्कीच अवशेष होणार नाहीत.'

'कसं सांगू तुला...या भयाण पोकळीत जीवन सुन्नपणे भ्रमते आहे. कधी कधी खूप अगतिक असल्यासारखे वाटते. चहुबाजूंचे रस्ते

रोखल्यासारखे वाटतात. जे काही मुक्तपण आहे असे वाटते, ते केवळ कल्पनेतच राहते. बहुधा लवकरच हा मार्ग मी सोडून देईन।'

'सिद्धार्थ ऽ ऽ'

'गोविंदा, मला ज्ञान मिळविण्याची कमालीची तहान लागलेली आहे. ह्या साधूंबरोबर इतकी लांबवर वाटचाल केली. पण माझ्या तहानेची तीव्रता काही अजून कमी झालेली नाही. आता मनात फक्त प्रश्न आहेत आणि त्या प्रश्नांची उत्तरे काही मिळत नाहीत. हरवलेले आकाश आणि हरवलेली धरती. नुसती दिशाहीन, अधांतरी आणि अर्थहीन भटकंती! गोविंदा, ह्या हृदयव्यथेला कुठलेही सांत्वन नाही. या गतिचक्रात कधी कधी अडकल्यासारखं वाटतं! मी स्थिरमती कधी होणार? सगळे चकवे आगेमागे पसरतात. दमछाक झालेल्या जीवाला त्या श्रेष्ठ जागृतीचे वेध लागलेले आहेत. पूर्वी देखील मला पडलेले प्रश्न मी विद्वान ब्राह्मणांना, आचार्यांना विचारत होतो. काही वेळा मी वेदांमध्ये माझ्या प्रश्नांची उत्तरे शोधण्याचा प्रयत्न केला. ह्या साधूंनाही नानाविध प्रश्न विचारले, पण माझं समाधान काही केल्या होत नाही रे गोविंदा!'

काही क्षण सिद्धार्थ बोलायचा थांबला आणि मग म्हणाला, 'ज्ञान हे एकच आहे रे गोविंदा आणि ते सगळीकडे भरलेले आहे. तो आत्मा आहे आणि तो माझ्यातच आहे, तुझ्यात आहे. तसाच तो प्रत्येक जीवात आहे. वास्तविक ज्ञान जाणून घेण्याची इच्छाच ज्ञानाचा भयंकर शत्रू आहे.'

कितीतरी वेळ सिद्धार्थ बोलत होता. एके क्षणी मात्र ते ऐकण्याची गोविंदाची सहनशक्ती अगदी संपून गेली. त्याने आपल्या कानावर गच्च हात धरले. नंतर तो अगदी काकुळतीला येऊन सिद्धार्थला म्हणाला, 'आता कृपा कर आणि शांत हो! तुझ्या या अशा बोलण्याने मी अगदी पार गांगरुन गेलो आहे. मला आता तुझी चिंता वाटायला लागली आहे आणि भीतीही! अरे, प्रार्थनेचे पावित्र्य-मांगल्य, ब्राह्मण्याचे तेज, विद्वत ऋषीमुनींच्या वचनांची प्रगल्भता व प्रज्ञाशीलता तसेच आजवरच्या या पूज्यवान

साधूंच्या सहवासात केलेल्या उपासना, या सर्वांचा थोडा तरी विचार कर! तुला ती उपनिषदातील ऋचा आठवते आहे?'

'कोणती?'

ज्याचं चिंतनशील, विचारमग्न चैतन्य आत्म्याच्या
ध्यानात विसर्जित झालं, त्याच्या मनातलं समाधान
हे शब्दांच्या पलीकडचं असतं!

बराच वेळ ते दोघे तसेच शांत बसून राहिले. सिद्धार्थ दिवसेंदिवस अधिकाधिक अस्वस्थ होत होता. याच दिवसात वाऱ्याच्या झोतासारखी एक बातमी सतत कानावर पडत होती आणि ती म्हणजे, गौतम नावाचा सदैव हसतमुख व कायम समाधानी असणारा एक असामान्य थोर महापुरुष ज्ञानाच्या अंतिम अवस्थेपर्यंत, बुद्धत्वाप्रत पोहोचला आहे. त्याच्या भोवती शिष्यांचा मोठा परिवार आहे. इतकेच नाही तर, अनेक विद्वत ब्राह्मण आणि राजपुरुष त्याच्यापुढे नतमस्तक होतात. त्यातल्या काहींनी तर त्या गौतमाचे शिष्यत्व पत्करलेले आहे.

पुढे सिद्धार्थला असेही कळले की, त्या गौतमाने भौतिक पातळीवरची सारी आल्हाददायक स्वप्ने शांतपणे मिटवून टाकली आणि गतकाळाच्या दु:खातून मोठ्या सहानुभूतीने व समंजसपणाने तो त्या दु:खाच्या पलीकडे गेला. मुक्त झाला. म्हणे, सर्व जगात अस्तित्वात असणारे दु:ख पाहून, त्या सत्पुरुषाचे मन पिळवटू लागले आणि मग ते दु:ख नाहीसे कसे होईल, हे शोधून काढण्याचा त्याला ध्यासच लागला. त्यासाठी राजसंन्यास घेऊन त्याने तपश्चर्या केली. एके क्षणी, त्या महान योग्याला दु:खाचे मूळ व ते नाहीसे करण्याचा मार्ग सापडला. तो असा : आत्मतत्व किंवा *स्व* चे स्वरूप लक्षात घेऊन, तेथून निर्माण होणाऱ्या तृष्णा नष्ट करणे आणि

मनाची निरामय, प्रशांत स्थितीची-निवार्णाची स्थिती प्राप्त करणे आवश्यक आहे. निर्वाण हाच आदर्श, अंतिम सुख. *स्व* ला सर्वस्वी जाणणे, आत्मसंयमन, प्रज्ञाजागृती, शील व समाधी हीच निर्वाणप्राप्तीची साधने होत. एकूणच, माणसाच्या दु:खाचे मूळ त्याच्या इच्छा, अभिलाषा, आसक्ती यामध्ये आहे. त्याचा त्याग करून निर्वाणाप्रत-अंतिम सुखाच्या दिशेने जाणे हीच मुक्ती!

ज्ञानिया गौतम बुद्ध नावाच्या त्या महान योग्याचे तत्वज्ञान ऐकून सिद्धार्थचे त्यांच्याबद्दलचे कुतूहल जागृत झाले. गौतमाबद्दलची मोठी चर्चा झंझावातासारखी अवतीभोवतीच्या नगरीत व वसाहतीत पसरली होती. महत्वाचे म्हणजे अनेक आश्चर्यकारक व अविश्वसनीय गोष्टी त्याच्याबद्दल रोजच्या रोज ऐकू येत होत्या. त्याला स्वत:चे सगळे पूर्वजन्म आठवतात, त्याला निर्वाण साधलेले आहे आणि जन्ममृत्यूच्या दुष्टचक्रातून तो बाहेर पडला आहे. अंध:कारमय, गढूळ अशा भौतिक जगाचा या सतपुरुषाला कधीच स्पर्श होत नाहीत वगैरे वगैरे अशा गोष्टी त्याच्याबद्दल नेहमी बोलल्या जात होत्या!

गौतम बुद्धाबद्दल सांगितल्या जाणाऱ्या साऱ्या गोष्टी ऐकायला सिद्धार्थला खूप छान वाटत होत्या. या सगळ्या कहाण्यातून एक जादूचा गंध वाहत असल्यासारखे त्याला वाटायला लागले. या जगात प्रत्येकाला काहीना काही दु:ख हे असतेच! या दु:ख-वेदनेपासून कोणीच वाचलेले नाही. तसे पाहता प्रत्येक माणसाला दु:खाचा परिचय हा असतोच. कुणी त्यातच राहतात, तर कुणी त्यापासून दूर पळण्याचे नाना प्रयत्न करतात. दु:खाचे अनेक प्रकार आहेत. शारीरिक दु:खाव्यतिरिक्त दुसरीही अनेक प्रकारची दु:खे असतात. एकटेपणाचे दु:ख, कुणी प्रेम करीत नाही म्हणून दु:ख, प्रेम मिळावे ही तीव्र इच्छा, पण ते पूर्णपणे मिळत नाही म्हणून दु:ख,

मृत्यूचे दुःख, परिपूर्णतेचा क्षण लाभत नाही, म्हणून दुःख किंवा तुकड्या तुकड्यांनी खंडित जीवन जगावे लागते म्हणून दुःख! खरे तर, या सर्व दुःखापासून वाचावे कसे तेच माणसाला कळत नाही. तो कळत-नकळत त्या दुःखाच्या चक्रव्युहात अडकत जातो. मग प्रश्न असा आहे की माणसाला त्याच्या जीवनाच्या सर्व पातळ्यांवरील दुःखाचा, मानसिक दुःखाचा निरास, अंत करता येईल का?

सिद्धार्थला एके क्षणी असे वाटले की गौतम बुद्धाचे एक सुखद व भव्योदात्त आश्वासन, गुणात्मक परिवर्तनाकडे नेणारी बुद्धाची धर्मशील शिकवण-शहाणपण आपल्याला साद घालते आहे. सिद्धार्थबरोबरच्या साधूंपर्यंतही बुद्धाची कीर्ती पोहोचली होती. पण ते त्याबद्दल फारसे काही बोलत नसत!

एक दिवस बोलता बोलता गोविंदा सिद्धार्थला म्हणाला, 'अरे, आज गावात गेलो असताना, एक सुशील अशा ब्राह्मणाने मला घरात बोलावले. तेथे मगध राज्यातला एक ब्राह्मणकुमार होता. त्याने स्वतः त्या बुद्धाला पाहिले होते. मुख्य म्हणजे बुद्धाची शिकवण त्याच्याच मुखातून त्याने ऐकली होती. त्याची ती शिकवण ऐकल्यानंतर मला असं वाटायला लागलं की आपणही त्या महात्म्याला भेटायला पाहिजे. विशेषतः तू जर त्याला भेटलास, तर तुझ्या मनातली आत्ताची जी गोंधळाची अवस्था आहे, ती दूर होईल.

त्यावर सिद्धार्थ गालातल्या गालात हसला आणि म्हणाला, 'गोविंदा, मला वाटलं होतं की, तू या साधूंबरोबर उरलेले आयुष्य व्यतीत करीत ज्ञान संपादन करणार! पण तू तर बुद्धाला भेटण्याची आणि त्याची शिकवण ऐकण्याची इच्छा धरुन आहेस!'

'ते तुझ्यासाठी! कारण मागे तूच म्हणाला होतास की आता या

साधूंच्या सहवासात मी जास्त काळ राहू शकणार नाही म्हणून!'

'गौतम, तू म्हणतो आहेस, ते खरं आहे. पण तू माझं त्यादिवशीचं बोलणं अर्धवटच ऐकलेले दिसते आहे. मी तुला पुन्हा एकदा सांगतो नीट ऐक! मला कोणाही दुसऱ्या माणसाची शिकवण ऐकणं आणि ती शिकणं, याचा कंटाळा आला आहे. दुसऱ्याची शिकवण आत्मसात करणं आणि त्या रस्त्याने प्रवास करीत राहणं, म्हणजे आपला स्वत:चा आत्मशोध बाजूलाच सारणं आहे, असं नाही वाटत तुला? मला मनापासून वाटतं की या साऱ्या शिकवणुकीचे उत्कृष्ट अनुभव आपण आधीच घेतले आहेत.'

'गौतमाचं काहीही ऐकण्याआधीच त्या शिकवणुकीचे अनुभव तू घेतले आहेस, असं तू कसं म्हणू शकतोस? काहीही असो, गौतम बुद्धाला भेटायचं की नाही, हे आता तूच ठरव!'

'ठीक आहे. आपण जाऊ आणि गौतमांना भेटू या!'

ते ऐकून गोविंदाला विलक्षण आनंद झाला.

त्याच दिवशी रात्री सिद्धार्थने आपण गौतम बुद्धाला भेटायला चाललेलो आहोत, हे त्या वृद्ध साधूला सांगितले.

ते ऐकताच, तो वृद्ध साधू आणि इतर दोघे जण विलक्षण संतापले आणि सिद्धार्थला अद्वातद्वा बोलू लागले. त्यांनी त्या दोघांना अगदी शिव्याशापही दिले. त्यांचे ते रुप पाहून सिद्धार्थाला विलक्षण आश्चर्य वाटले.

सिद्धार्थने त्या साधूंच्या समोर, अगदी जवळ उभे राहून, त्यांच्या डोंळ्यात पहात त्या तिघांवर आपली नजर एकाग्र केली. त्यामुळे त्या तिघा साधूंची काही प्रतिकार करण्याची शक्तीच नष्ट झाली. त्यांच्या तोंडून शब्दही फुटेना. सिद्धार्थने आपल्या इच्छेच्या प्रभावाखाली त्यांना आणून स्वत: काहीही न बोलता, आपल्याला जे हवे आहे, ते करुन घेतले. त्या

साधूची स्वत:ची इच्छा नाहीशी झाली. त्यांचे हात खाली लोंबल्यासारखे दिसायला लागले. अखेर त्या साधूंनी बिनशर्त माघार घेतली आणि त्यांनी सिद्धार्थ-गोविंदाला आशीर्वाद दिले. शुभेच्छाही दिल्या.

नंतर सिद्धार्थ-गोविंदाने त्या साधूंना नमस्कार केला आणि दुसऱ्याच क्षणी ते आपल्या मार्गाला लागले.

पुढे चालताना गोविंदा सिद्धार्थला म्हणाला, 'तू त्या तिघा तपस्व्यांना आपल्या नजरेच्या प्रभावाखाली आणलेस! खरोखरच तुझी कमाल आहे. आपण जर आणखीन काही दिवस त्या साधूंबरोबर राहिलो असतो, तर त्याच्याकडून पाण्यावर चालायला शिकलो असतो.'

तेव्हा सिद्धार्थ म्हणाला, 'गोविंदा, मला पाण्यावर चालायला शिकायचं नाहीये. त्या साधूंच्या साऱ्या करामती त्यांच्या त्यांनाच लखलाभ होवोत! तू आता मागे वळून पाहू नकोस! कारण जेवढा तू पाहशील, तेवढा अधिक अडकशील!'

****

३

गौतम

सावती नगरीत प्रत्येकाला, अगदी प्रत्येक मुलाला देखील बुद्ध माहिती होता. मौनव्रतीय बुद्धाचे शिष्य नगरीत भिक्षा मागण्यासाठी फिरत असत. प्रत्येक घरातून त्यांना आपुलकीने भरपूर भिक्षा वाढली जायची. प्रत्येक गृहस्थ आणि त्याची पत्नी हे त्यासाठी उत्सुक असत. सावती नगरीत राहणारा अनंतपिंडक नावाचा एक श्रीमंत व्यापारी गौतमाचा शिष्य होता. त्याने नगरीजवळच असलेले, स्वत:चे जैतवन नावाचे उपवन गौतम बुद्धाला व त्याच्या शिष्यपरिवाराला निवासासाठी अर्पण केले होते.

गौतमाच्या निवासस्थानाविषयी सिद्धार्थ आणि गोविंदाने चौकशी केल्यावर तो सावती नगरीत राहतो, अशी माहिती मिळाली. सावती नगरीत त्यांनी पहिल्याच घरी भिक्षा मागितल्यावर त्यांना ती मिळाली. भिक्षा वाढणाऱ्या स्त्रीला सिद्धार्थने विचारले, 'माते, आम्ही दोघे साधू असून अरण्यातून येथे आलो आहोत. आमची गौतम बुद्धांना भेटण्याची इच्छा आहे. त्यांची भेट कोठे होऊ शकेल? त्या पूर्णकामाचे दर्शन घेऊन त्याच्याकडून काही शिकवण मिळावी, अशी आमची इच्छा आहे.'

ते ऐकल्यावर त्या स्त्रीने सिद्धार्थला म्हटले, 'हे साधूंनो, तुम्ही योग्य ठिकाणी आला आहात. अनंतपिंडकाच्या जैतवन या उपवनात तो ज्ञानी राहतो. ते उपवन खूप विस्तीर्ण असल्याने रात्री तेथेच राहण्याची तुमची सोय होऊ शकेल. तेथे तुम्हाला बुद्धाचे प्रवचनही ऐकता येईल.'

हे ऐकल्यावर गोविंदाला खूपच आनंद झाला. तो म्हणाला, 'म्हणजे आपण योग्य ठिकाणी पोचलो आहोत तर!'

त्याने पुढे विचारले, 'माते, तू स्वत: गौतम बुद्धांना पाहिले आहेस का? तू त्यांना ओळखतेस?'

'मी त्यांना बऱ्याचदा पाहिलं आहे. नगरीतून शांतपणे फिरत भिक्षा मागत असताना, मी त्याला पाहिलं आहे. लोक त्याच्यावर खूप प्रेम करतात. त्यामुळे ते त्याला भिक्षा वाढतात.'

गोविंदाला अजून तिला बरंच काही विचारायचं होतं, पण सिद्धार्थ त्याला आग्रहाने तेथून घेऊन निघाला. जाताना त्यांनी त्या स्त्रीचे मनापासून आभार मानले. तेथून ते दोघे पुढे निघाले. नंतर त्यांना गौतमाकडे जाण्याची वाट विचारावी लागलीच नाही. कारण बरेच लोक आणि गौतमाचे शिष्यही जैतवनाच्या दिशेने जाताना दिसत होते. त्यांना तेथे पोचायला रात्र झाली. तेथे एकसारखी बरीच माणसं येत होती. त्यामुळे तेथे खूप गडबड गोंधळ सुरु होता. येणाऱ्या साऱ्यांना डोके टेकण्यासाठी तेथे जागा होती. सिद्धार्थ आणि गोविंद या दोघांना अरण्यात राहण्याची सवय असल्याने त्यांच्यापुरती जागा सहज मिळाली आणि सकाळ होईपर्यंत त्यांनी तिथे विश्रांती घेतली.

सकाळी उठल्यावर त्यांनी पाहिलं की, गौतमावर श्रद्धा ठेवणारे आणि उत्सुकतेपोटी येणारे, अशा साऱ्यांचीच प्रचंड गर्दी रात्रीपासूनच जमली

होती. त्या सुंदर उपवनात पिवळी वस्त्रे नेसलेले भिक्षू हिंडत होते. त्यातले बरेचसे झाडांच्या बुंध्यांपाशी बसून ध्यानमग्न झालेले दिसत होते, तर काही एकमेकांत आध्यात्मिक विषयांवर चर्चा करताना दिसत होते. दाट सावली देणारे ते उपवन म्हणजे लोकांनी गजबजलेले एक नगरच वाटत होते. तेथे जमलेल्या भिक्षूंपैकी काहीजण जवळच्या नगरात दुपारच्या जेवणासाठी भिक्षा मागायला गेले होते. ते सारेजण एकभुक्त राहत. बुद्ध गौतमही सकाळी स्वत:साठी भिक्षा मागण्यासाठी नगरात जात असे.

दुसऱ्या दिवशी खरोखरीच सकाळी सिद्धार्थला गौतम बुद्धाचे दर्शन झाले. सिद्धार्थने त्याला पाहताक्षणीच ओळखले. जणू काही देवानेच त्यांना बोट दाखवून सांगितले असावे. बुद्ध त्यांच्या नेहमीच्या पिवळ्या रंगाच्या कफनीत, एका अतिशय साध्या व्यक्तीप्रमाणे हातात भिक्षापात्र घेऊन शांतपणे भिक्षा मागायला निघाले होते.

'तिकडे बघ, गौतम', सिद्धार्थ हळूच गोविंदाला म्हणाला.

सिद्धार्थने सहजपणे त्या तेजस्वी व्यक्तीकडे पाहिलं आणि क्षणभर तो हरखूनच गेला.

'तो गौतम बुद्ध आहे, गोविंद!'

वरवर पाहता इतर हजारो भिक्षुंहून बुद्ध अजिबात वेगळे दिसत नव्हते. पण समोरुन पाहताना त्याच्या डोळ्यातले ते अवर्णनीय तेज पाहून सिद्धार्थही हरखून गेला. त्याचे महानपण क्षणात सिद्धार्थला जाणवले. नकळत ते दोघेजण त्याच्यामागे चालू लागले. कोणत्यातरी विचारात गढलेले बुद्ध शांत पावले टाकीत आपल्या वाटेने चालले होते. कमालीचा शांतपणा! कृष्णवर्णी, सडसडीत आणि मोठ्या तेजस्वी डोळ्यांचा तो तपस्वी! त्याच्या चेहऱ्यावर शांत स्मित विलसत होते. सुखदु:खाच्या पलीकडे गेलेला तो निरामय, निरागस चेहरा पाहणाऱ्याला अगदी खिळवून

टाकत होता. बुद्धाचे वस्त्र, त्याचे चालणे सारे काही इतर भिक्षूंसारखे असले, तरी बुद्धाचा चेहरा, त्याचे डोळे, त्याची नजर...एकूणच त्याची देहबोली ही एका महात्म्याची होती. त्यात सहजता होती आणि कमालीचे सौंदर्यही!

बुद्धाच्या सभोवार एक अस्पर्श, अक्षत शांती नांदत होती.

बुद्धाला पाहताच अवतीभोवतीचे सारे काही क्षण स्तब्ध झाले. त्यांचे हात मोठ्या विनम्र भावाने जोडले गेले. तेही अगदी नकळत!

क्षणभर गोविंदाने सिद्धार्थकडे पाहिले आणि तो म्हणाला, 'आज आपण या महात्म्याचे प्रवचन ऐकू या!'

त्यावर सिद्धार्थ काहीच बोलला नाही. त्याला त्या प्रवचनाबद्दल काहीच औत्सुक्य नव्हतं! त्या प्रवचनात आपल्याला नवीन काही ऐकायला मिळेल, असं त्याला अजिबात वाटत नव्हते. बुद्ध आपल्या शिष्यांना, श्रोतृसमुदायला काय कथन करतो, ते गोविंदाने बऱ्याचदा ऐकले होते. पण त्या तोंडातोंडी ऐकलेल्या गोष्टी होत्या.

सिद्धार्थने बुद्धाच्या त्या शरीराकृतीकडे अगदी लक्ष देऊन पाहिले. त्या शरीराच्या अंगाअंगातून शांतपणा आणि डोक्यामागून तेजाचा प्रकाश पाझरताना त्याला दिसला. ही महान व्यक्ती अंतर्बाह्य पवित्र असल्याचे त्याला जाणवले. बुद्धाकडे पाहून नकळत त्याचेही हात जोडले गेले. एखाद्या व्यक्तीबद्दल इतका आदरभाव, पूज्यभाव यापूर्वी कधीच सिद्धार्थला वाटला नव्हता! आपल्या मनातून-हृदयातून एक प्रकारचा जिव्हाळा, आस्था-प्रेम दाटून येत असल्याचे सिद्धार्थला मनोमन जाणवले.

सिद्धार्थ आणि गोविंद, बुद्धाच्या पाठोपाठ नगरात गेले आणि तसेच

परतले. परतताना ते दोघे एकमेकांशी अवाक्षरही बोलले नाहीत.

संध्याकाळी उन्हे खाली उतरल्यावर त्या उपवनात पुन्हा लोकांची गजबज सुरू झाली. त्यांच्या कानी गौतमाचा आवाज आला. अवतीभोवतीचा शांत आणि समंजस समाज. गौतमाच्या आवाजात मुळातच एक गोडवा होता आणि स्वतःची एक लय होती. गौतम बुद्धाचे उच्चार स्वच्छ होते. डोळे सर्व पाहणारे. सर्वंभर फिरणारे. बोलता बोलता मध्येच झाकून घेऊन निवांत होणारे. बुद्धाच्या बोलण्यात कुठल्याही प्रकारची आक्रमकता नव्हती ना आग्रह! ऐकणाऱ्याविषयीचा गौतमांचा जिव्हाळा प्रत्येक शब्दातून श्रोत्याला प्रत्ययाला येत होता. तासभर ते बोलणे प्रत्यक्ष ऐकल्यानंतर एक प्रकारची तृप्ती प्रत्येकालाच अनुभवायला मिळाली.

गौतम बुद्ध दुःखाबद्दल, व्यक्तीच्या तृष्णेबद्दल बोलत होते. गौतम बुद्ध शांतपणे बोलत होते...

'आयुष्यात खूप वेदना ह्या असायच्याच! हे जग दुःखाने भरलेले आहे. मी तुम्हाला सांगतोय की तुम्ही तुमचे अंतःकरण स्वच्छ मोकळे करा. या दुःखापासून आपल्याला प्रत्येकाला मुक्त व्हायचे आहे. स्वतःच्या ह्रदयात खोलवर डोकवा! आपल्या रोजच्या आचरणात, अंतरंगात आणि बाहेरही काय काय घडते आहे, ते तुम्ही प्रथम जाणून घ्या. मी तुम्हाला नेहमीच सांगत आलो आहे की तुम्ही तुमचाच शोध घ्या! आपल्याला आपले समग्र जीवन समजून घ्यायचे आहे. तर आणि तरच आपल्या मानसिकतेत क्रांतिकारक बदल घडून येईल. या पवित्र शिकवणुकीचे अवतरण आता प्रत्यक्ष जीवनात होऊ द्या! आपल्या दुःखाचे मूळ आपल्या इच्छा, अभिलाषा, आसक्ती यामध्ये आहे. त्यांचा त्याग करून निर्वाणाप्रत–अंतिम सुखाच्या दिशेने जाणे हीच खरी मुक्ती आहे !'

गौतम बुद्ध दुःखाबद्दल, व्यक्तीच्या तृष्णेबद्दल नंतर खूपवेळ बोलत होते. ते शांतपणे आणि ठाम बोलत होते. बोलण्याच्या ओघात त्यांनी चार मुख्य सिद्धान्त सांगितले आणि त्याच्याशी संबंधित आठपदरी मार्गही कथन केला. बोलताना बुद्ध सहजपणे रोजच्या जीवनातील-दिनक्रमातील उदाहरणे देत होते. चांदण्या रात्री आकाशातून येणारा प्रकाश जसा पृथ्वीवर पांघरतो, तसा सुस्पष्ट आणि शांत असा त्याचा आवाज श्रोत्यांच्या समुदायावर रुंजी घालत होता.

बुद्धाचे बोलणे संपले तेव्हा रात्रीच्या पहिल्या प्रहराला प्रारंभ झाला होता. बऱ्याच श्रोत्यांनी पुढे जाऊन आपल्याला भिक्षुसंघात प्रवेश मिळावा, यासाठी त्या गौतम बुद्धांना विनंती केली. बुद्धाच्या विचारधारेत प्रवेश करुन घेऊन, एक प्रकारची सुरक्षितता अनुभवावी, असे लोकांना वाटले, तर त्यात आश्चर्य वाटण्यासारखे काहीच नव्हते!

गोविंदा हे सगळे पहात होता. एके क्षणी तो बुद्धाच्या जवळ गेला आणि त्याने त्याला साष्टांग प्रणिपात केला. आपल्यालाही शिष्य व्हायचे असल्याची मनोकामना त्याने व्यक्त केली. बुद्धाने क्षणभर त्याच्याकडे पाहिले आणि त्याला आपल्या संघात सामील करुन घेतले.

दुसऱ्याच क्षणी बुद्ध आपल्या कक्षात निघून गेले. गोविंद कितीतरी वेळ बुद्धाच्या पाठमोऱ्या आकृतीकडे पहात तसाच उभा होता. सिद्धार्थने त्याला भानावर आणले.

एके क्षणी गोविंदा सिद्धार्थला म्हणाला, 'सिद्धार्थ, मी तुला काही सांगावं इतकी माझी पात्रता नाही. पण आता आपण दोघांनीही बुद्धाची वचने प्रत्यक्ष ऐकली आहेत. मी त्याची शिकवण आतून समजून घेतली आहे. आता मला त्याच्या शिष्यगणात जायचं आहे. मला इथेच मुक्ती मिळेल, असे मनोमन वाटते आहे. तुझं काय? तुझ्या मनात अजूनही संदेह आहे का? तुला बुद्धाच्या या उपवनात थांबावसं वाटत नाही का?'

‘तू असा माझ्याकडे पाहत काय उभा आहेस? सिद्धार्थ तुला मुक्ती मिळवावी, असे वाटते आहे ना? मग इथेच तूही थांब! या विश्रांतस्थळी तुला तुझ्या साऱ्या प्रश्नांची उत्तरे मिळतील!’

‘गोविंदा तू एक पाऊल पुढे टाकलेस आणि हा एक नवा मार्ग निवडलास! आपण दोघे जण अगदी लहानपणापासून मित्र आहोत. मी जे करीन, तेच तू आजवर करीत आलास. माझ्या पावलावर पाऊल टाकत तू आजवर चाललास! अगदी सावलीसारखी माझी सोबत केलीस. कधी कधी माझ्या मनात यायचं की, गोविंद आपल्या मनाप्रमाणे एखादासुद्धा निर्णय घेणार नाही का? आज तू खऱ्या अर्थाने स्वतंत्र होतो आहेस. तू आज आपल्या मार्गाने जातो आहेस. ही खूपच चांगली गोष्ट आहे. तू याच मार्गावर जर ठाम राहिलास, तर तूही निश्चितपणे मुक्त होशील!’

‘तुला खरंच असं वाटतं आहे?’

‘अर्थातच!’

‘सिद्धार्थ, मी स्वत:ला बुद्धाच्या चरणी समर्पित करणार आहे. तू म्हणतो आहेस, तसंच होईल. उरलेलं आयुष्य मी याच मार्गात व्यतीत करीन! या मार्गावरच माझ्या प्रवासाची सांगता होणार आहे.’

सिद्धार्थने मोठ्या प्रेमाने गोविंदच्या खांद्यावर हात ठेवले आणि तो म्हणाला, ‘माझ्या साऱ्या शुभेच्छा तुझ्या मागे आहेत. तू तुझ्या ध्येयाचा पाठपुरावा करुन आपले इप्सित साधावंस आणि मुक्त व्हावंस! अरे या मुक्ततेतच प्रेम असतं आणि स्वातंत्र्यही! फक्त या मुक्तीच्या आड कोणत्या कोणत्या गोष्टी येत आहेत, याचा मात्र तू आत्मशोध घे. ते अडथळे तू दूर केलेस, तर तुलाही बुद्धत्व प्राप्त होईल. लौकिक गोष्टी प्राप्त करुन घेण्यापेक्षा त्या पलिकडल्या गोष्टी प्राप्त करण्याकडे आपल्यातील प्रज्ञा-बुद्धिमत्ता आपण खर्ची घातली पाहिजे.’

‘किती नेमकं बोललास! आजवर साथसोबत केली, पण आता..’

‘हे रे काय, तुझ्या डोळ्यात पाणी?’

'सिद्धार्थ, त्या अश्रूंना वाहू दे! मला नेहमीच तुझी काळजी वाटत आली आहे. प्रथमच तुझ्यापासून असा मी दूर जातो आहे.'

'अरे वेड्या, माझी काळजी करू नकोस! तुझ्या या निरोपस्वराने मलाही मग रडू कोसळेल. तू बुद्धाने दर्शवलेल्या मार्गाने असाच पुढे जात रहा. सारी ऐहिकता, आपले आईवडील, घरदार, मित्रपरिवार, सारी मालमत्ता यांचे विसर्जन करुन टाक!'

'इतकं सोपं आहे?'

'का नाही? अखेर कुठल्याही गोष्टीला प्रेमानं निरोप देणं, हे देखील एक प्रकारचे विसर्जनच असते. बुद्धाचे तत्त्वज्ञान आपल्या परीने महानच आहे. कालच्या प्रवचनात तू ऐकलं आहेस ना? बुद्ध म्हणाला होता : जीवन दु:खद आहे आणि त्याचे मूळ अविद्येत (अज्ञानात) आहे. त्यामुळे आपल्या साऱ्या इच्छा-आकांक्षांच्या प्रभावाचा आपण जर सहजपणे त्याग करू शकलो, तर आपल्याला निर्वाणप्राप्ती होऊ शकेल. जमल्यास इतरांचे दु:ख कमी करावे. निर्वाण म्हणजेच मोक्ष!'

'सिद्धार्थ, किती छान बोललास तू! अरे मग तूच का येत नाहीस, या मार्गात!'

'बुद्धाने काय सांगितलं, ते तू विसरलास का? बुद्धाने हेही सांगितलं आहे की : सत्य ही स्वत: शोधण्याची गोष्ट आहे. त्यासाठी आरंभ करायचा तो स्वत:पासून. गुरू मानायचे आहे ते स्वत:लाच. शरण जायचे तेही स्वत:लाच. मुख्य म्हणजे प्रत्येकाला बुद्धत्वाचा अधिकार आहे. ते प्रत्येकाचे नैतिक कर्तव्य आहे. माणूस विचारांनी स्वतंत्र नसेल, मन स्वतंत्र नसेल, तर त्याला सत्याची चाहूल लागणे अशक्य आहे. तृष्णा मनाला अशांत करून सोडतात. या अनित्य जगाला आपण ते नित्य आहे असे समजतो. कोळ्याने जाळे जसे विणावे, तसे माणसाने इच्छा-आकांक्षांचे एक जग निर्माण केले आहे. त्यात तो स्वत:च फसला आहे. यातून जर बाहेर पडायचे असेल, तर प्रज्ञेचा विकास व्हायला हवा! तरच सत्य-

असत्य यांचे वेगळेपण आपल्या ध्यानी येईल! बुद्धाने स्वातंत्र्याचा पुरस्कार केला. ते स्वातंत्र्य प्रज्ञा, शील, करुणा यातून येते.'

सिद्धार्थचे ते बोलणे ऐकून डोळे भरुन आलेल्या गोविंदाने त्याला मिठी मारली. सिद्धार्थने त्याच्या डोक्यावर हात ठेवत, त्याला शांत होण्यास सांगितले.

दुसऱ्याच क्षणी मागे वळून न पाहता गौतम नव्यानेच बुद्धाचे शिष्य झालेल्यांबरोबर निघून गेला.

उपवनातून बाहेर पडताना एका वळणावर अचानक सिद्धार्थची गौतम बुद्धाची गाठ पडली. दोघांची नजरानजर झाली. सिद्धार्थने त्याला प्रणिपात केला आणि म्हणाला, 'महात्मन, काल आपले प्रवचन ऐकण्याचे महद्‌भाग्य आम्हाला, म्हणजे मला आणि माझ्या परममित्राला, गोविंदाला लाभले. आम्ही दोघे खूप दुरुन तुमचे प्रवचन ऐकण्यासाठी इथवर आलो आहोत. माझ्या मित्राने, गोविंदाने आपले शिष्यत्व पत्करुन तुमच्या संघात प्रवेश घेतला आहे. पण मी मात्र माझ्या तीर्थयात्रेसाठी पुढे जायचे ठरवले आहे. आपण मला अनुमती द्यावी!'

'अरे मी कोण अनुमती देणार? तुझी इच्छा असेल, त्याप्रमाणे कर!'

त्यावर सिद्धार्थ बुद्धाला म्हणाला, 'माझं बोलणं आपल्याला कदाचित उद्धटपणाचं वाटू शकेल, पण मला माझ्या मनातले विचार आपल्यासमोर स्पष्टपणे मांडण्याची तीव्रतम इच्छा आहे. आपण माझं बोलणं ऐकाल का?'

त्यावर बुद्धाने हसून संमतीदर्शक आपली मान डोलावली.

सिद्धार्थने काही शब्द जुळवले आणि तो बुद्धाला म्हणाला, 'हे महात्मन, आपली शिकवण खूपच स्पष्ट आहे. मुख्य म्हणजे ते एका अनुभवाचे फलित आहे. दु:ख हे अनिष्ट असून दु:खनिवृत्ती हे मानवी

जीवनाचे ध्येय आहे, हे आपल्या प्रवचनाचे सार मला काल गवसले. आपले विचार नीतिप्रधान आहेत. अज्ञान हे दुःखाचे कारण असून ज्ञानप्राप्तीने ते दूर करता येते. तेव्हा ज्ञानप्राप्ती हा दुःखनिरासाचा प्रमुख उपाय आहे. मात्र हे अंतिम ज्ञान प्राप्त होण्यासाठी शीलसंवर्धनाची नितांत गरज आहे. एकूणच, नीतिपालन हे ज्ञानसंपादनाची पूर्वतयारी आहे, हे आपण म्हणता ते अगदी खरे आहे.

प्रत्येक मानवी व्यक्तीच्या जीवनातील हरएक घटना नियत आहे, म्हणजे पूर्वनियोजित आहे, असे आपण म्हणता, पण नियत्ववाद नीतीशास्त्रीय प्रश्नांचा खुलासा करीत नाही.

दुःख व त्याचा नाश यांची चर्चा करण्यासाठी आपण चार आर्यसत्ये सांगितली आहेत. सम्यक दृष्टी वगैरे आर्य अष्टांगिक मार्गाच्या आचरणाने निर्वाणाची प्राप्ती होते, असे आपण म्हणता, ते तंतोतंत पटते. पण निर्वाण भावात्मक असते की अभावात्मक, याविषयी आपण काही स्पष्टपणे सांगत नाही. दुसरं म्हणजे मृत्यूनंतर मुक्त आत्म्याचे स्वरुप काय असते, याबद्दल आपण काही बोलत नाही.

प्रत्येक वस्तूमध्ये सतत स्थित्यंतर होत असते आणि या प्रक्रियेमध्ये कोणतीही स्थिती केवळ क्षणमात्र अस्तित्वात असते. स्थित्यंतराच्या या प्रक्रियेला आपण नदीच्या प्रवाहाचा किंवा दिव्याच्या ज्योतीचा दृष्टांत दिला, तो मला खूपच भावला.

नदीचे पाणी सतत वाहत असले, तरी नदीचा प्रवाह बाह्यत: एकरुपच भासतो किंवा ज्योतीमध्ये क्रमश: वेगवेगळ्या तैलबिंदूचे आणि वातीच्या कणांचे ज्वलन होत असले तरी बाह्यत: ज्योत एकरूपच भासते. एकूणच, पूर्वक्षणीच्या स्थितीतून नंतरच्या क्षणींची स्थिती उद्‌भवते. पण हे जसे एखाद्या वस्तूचे आहे, तसेच ते व्यक्तीचेही असू शकते.'

सिद्धार्थचे बोलणे शांतपणे आणि मोठ्या अक्रिय सावधानतेने बुद्ध ऐकत होते. एके क्षणी मंद स्मित करीत ते म्हणाले, 'हे ब्राह्मणकुमारा, मी

काय सांगितले ते तू ऐकले आहेस. महत्वाची गोष्ट म्हणजे तू त्यावर खूपच खोलवर विचार केला आहेस. तुला त्यात काही विवाद्य गोष्टी आढळल्या, ही चांगलीच गोष्ट झाली. मी तर म्हणेन की तू त्यावर आणखीन विचार कर! पण एक काळजी घे, तू ज्ञानाचा शोध घेतो आहेस, पण हे करताना तू मतामतांच्या गलबल्यात आणि शब्दजंजाळात अडकशील की काय, याची मला मोठी भीती वाटते. मतांना तू फारसं महत्व देऊ नकोस! मतं ही चांगली असतील, कधी ती भावतील किंवा कधी ती भावणार नाहीत. काहीजण त्याला होकार देतील किंवा काही त्याबद्दल नापसंती दर्शवतील. माझ्या बोलण्याचा उद्देश ज्ञानपिपासूंना जगाचे ज्ञान करुन देणे हा नाहीये. माझ्या बोलण्याचे उद्दिष्ट दु:खापासून मुक्ती मिळवण्यासाठी लोकांना मदत करणे हे आहे. मी तेवढंच सांगतो, बाकी काहीही नाही.'

त्यावर सिद्धार्थ नम्रपणे गौतम बुद्धाला म्हणाला, 'भगवन, आपण माझ्यावर क्रोधित होऊ नका! मी आपल्यासमोर जो विचार मांडला, तो आपल्या उपदेशाचे खंडन करण्यासाठी किंवा वाद घालण्यासाठी नाही. आपलं म्हणणं बरोबरच आहे, याबद्दल अजिबात दुमत होण्याचं कारण नाही. आपल्याबद्दल माझ्या मनात अजिबात शंका नाही. आपण बुद्धत्वाला पोचला आहात! आपण मृत्यूवर विजय मिळवला आहे, याबद्दल मला यत्किंचितही संदेह वाटत नाही. पण हे सारं आपण निवडलेल्या मार्गाने जाऊन केलेल्या शोधामुळे आपल्याला मिळालेले आहे. त्यासाठी आपण जे काही चिंतन केले, जो काही ध्यानमार्ग अवलंबलात, त्याच्या फलस्वरुपी हे ज्ञान आपल्याला लाभलं आहे. आणि मग त्यातून आपल्याला सत्याचा साक्षात्कार झाला. आपल्याला ते जाणवलं. आपल्याला कोणीही शिकवून ते मिळालेले नाही. हे ज्ञानस्वरुपा, कोणालाही शिकवून ना त्याला मुक्ती मिळणार की सत्य दिसणार! अखेरीस सत्य हे ज्याचे त्यालाच शोधावे लागते. ही देखील आपलीच शिकवण आहे.'

काही क्षण सिद्धार्थ गप्प बसला.

तेव्हा बुद्ध त्याला म्हणाले, 'तू बोल, मी ऐकतो आहे.'

'हे महात्मन, मी पुढल्या प्रवासाला निघालो आहे. कुठलाही ग्रंथ, गुरू वा उपदेशक यांच्यापासून जाणिवपूर्वक दूर रहात, मला माझी ही अंतर्यात्रा पूर्ण करायची आहे. याचे विश्रांतीस्थल मला कधी लाभेल, हे मला सांगता येत नाहीये, पण मी माझा प्रवास आणि त्यातले प्रयास सोडणार नाहीये. आपण मला या प्रवासासाठी आशीर्वाद द्यावा, ही माझी आपल्याला नम्र विनंती आहे. आजचा हा दिवस, माझ्या नित्य स्मरणात राहील. कारण हा एका जीवन्मुक्ताच्या दर्शनाचा क्षण आहे.'

बुद्धाने सिद्धार्थला भरभरुन आशीर्वाद दिले आणि सौम्यपणे ते त्याला म्हणाले, 'मला अशी आशा आहे की तू योग्य विचार, योग्य ठिकाणी करशील. अर्थात योग्य विचार, योग्य ठिकाणी करायचा, तर त्यासाठी स्वत:ला सर्वस्वाने जाणायला हवे. खरे तर यातूनच सूज्ञता येत असते. स्वत:त खोलवर उतर आणि आपल्या जाणिवांच्या कक्षा सतत विस्तारित रहा! स्वत:च्या अगदी जवळून जोवर तू प्रारंभ करणार नाहीस, तोवर फार दूर जाणे तुला शक्य होणार नाही.'

बुद्ध वळून निघून गेले. पण बुद्धाची नजर, त्याचे स्मित सिद्धार्थाच्या अंत:करणावर कायमचे कोरले गेले.

क्षणभर सिद्धार्थच्या मनात आलं की, एका परिणतप्रज्ञ महात्म्याचे साधे पाहणे सुद्धा किती लोभस-निरागस आणि समोरच्याच्या हृदयाचा वेध घेणारे आहे. बुद्धाची ती नजर सिद्धार्थच्या मनावर कायमची कोरली गेली. बुद्धाच्या व्यक्तिमत्वाला चैतन्याचे वलय होते. हे चैतन्य कार्यशील, मननशील आणि संवादाला कमालीचे उत्सुक होते. ती एक दिव्यत्वाची अनुभूती होती. सिद्धार्थ सहजपणे बुद्धापाशी नतमस्तक झाला. किती तरी वेळ सिद्धार्थ बुद्धाच्या पाठमोऱ्या आकृतीकडे भारावून पहात होता.

सिद्धार्थची पावलं परतीला लागली. नेहमीची सोबतीला असलेली

गोविंदाची पावलं आज मात्र त्याच्या बरोबर नव्हती! बुद्धाच्या शिकवणुकीने गोविंदाला आपलेसे केले होते. त्याच्या मनात आलं, बुद्धाने आपल्या आत असलेल्या सिद्धार्थची गाठ नव्याने घालून दिली. नकळत या विचाराने सिद्धार्थाचे मन बुद्धाविषयी विलक्षण आदराने भरुन आले.

****

४

जागृती

महात्मा बुद्ध आणि परममित्र गोविंद यांना मागे टाकून सिद्धार्थ त्या उपवनातून एकटाच माघारी फिरला. त्या वनराईतून निघताना सिद्धार्थला वाटले, आपण आपले गतायुष्यच इथे ठेवून जातो आहोत. त्या तुटलेपणाच्या जाणिवेने सिद्धार्थ काहीसा अस्वस्थ झाला. आपल्या या जाणिवेचा बराच काळ विचार करत तो रेंगाळत चालू लागला. त्या जाणिवेच्या तळाशी खूप खोल बुडी मारुन त्याने त्याच्या तळाशी त्याची काही कारणमीमांसा हाताशी लागते का, याचा शोध घेण्याचा प्रयत्न केला. कारणपरंपरेचा शोध घेणे, हे विचारप्रक्रियेचे सार आहे आणि फक्त त्यामुळेच जाणिवांचे प्रत्यक्षात रुपांतर होत असते. असे केल्याने जाणिवा नष्ट होत नाहीत, तर प्रकाश किरणांसारख्या बाहेर पडून सगळीकडे त्या पसरतात, असे सिद्धार्थला वाटायला लागले.

चालता चालता सिद्धार्थ पूर्वावलोकन करू लागला. त्याच्या ध्यानात आले की, आता आपण पूर्वीसारखे, सळसळत्या तारुण्याचे राहिलेले नसून, काहीशा प्रौढत्वाकडे झुकत चाललेले आहोत. सापाने कात

टाकावी, तशीच आपल्यामधील गुरू शोधावा आणि त्या गुरुकडून काही एक शिकवण मिळवावी, ही आपली इच्छा अगदी नष्ट होऊन गेली आहे.

त्याने, स्वत:च्या सत्यान्वेषणाच्या मार्गावर भेटलेला खरा ज्ञानी आणि पवित्र महात्मा, यांच्याकडेही त्याने पाठ फिरवली होती. कारण त्याची शिकवण सिद्धार्थ स्वीकारू शकत नव्हता.

सावकाश चालता चालता सिद्धार्थ अधिकाधिक विचार करायला लागला. त्या तीन साधूंसोबत भगवी वस्त्रे परिधान करुन आपण आजवर खूप भटकंती केली. त्यांनी सांगितलेली सगळी साधना केली. उपासना केल्या. सारी व्रते-आचरणेही केली. पण त्यातून आपल्या तळहातावर काय राहिले? आज तर आपली ओंजळ रिकामीच राहिल्याचे तीव्रतेने जाणवते आहे. मुख्य म्हणजे, मी कोण आहे, माझ्या अस्तित्वाचा उद्देश काय आहे, माझ्या अस्तित्वाचे सार कशात आहे, हे सारे सिद्धार्थला समजून घ्यायचे होते. या अंतर्यात्रेत त्याला स्वत:ला मोकळे व्हायचे होते. त्याला त्याच्याच पलीकडे जायचे होते. पण ते काही केल्या जमत नव्हते. सिद्धार्थच्या मनात आले : आपण आपल्यातल्या *मी* लाच फसवत राहिलो. कधी कधी स्वत:पासूनच दूर पळत राहिलो. खरंच, या *मी* च्या असण्याचे स्वत:चे काही प्रयोजन असेल का? हा *मी* इतरांपासून वेगळा का आहे? मला अवतीभोवतीच्या बऱ्याच गोष्टींचे ज्ञान आहे, पण माझेच ज्ञान मात्र मला आजवर नीटसे झालेले नाही.

चरितार्थाच्या-महत्वाकांक्षेच्या आवेगात व गर्दीत लोक स्वत:ला हरवून टाकतात. हजार गोष्टी लक्षात राहतात, पण या हजारोंच्या गर्दीत स्वत:चा ठाव काही लागत नाही. ज्या जाणण्याने स्वत:ला जाणले जात

नाही, त्याला ज्ञान कसे म्हणावे! तो ज्ञानाचा भ्रम झाला. आभासच तो. ज्या जाणण्याने स्वत:ला जाणले जाऊ शकते, तेच खरे 'ज्ञान' असे म्हणतात, ते बहुधा खरे असावे. स्वत:कडे, स्वत:च्या असण्याकडे पहायला हवं! आत्मज्ञान हेच वैराग्य! 'स्व'चे रूप (स्वरूप) कळले, स्वत:ची योग्यता कळली, की सारे प्रश्न आपोआप गळून पडतील. कारण ज्ञान हाच अंतर्बोध. तो ग्रंथातून कसा मिळणार? ज्ञानाची तिजोरी अंतर्यामीच आहे. आपण मात्र बाहेरच्या विश्वात-पांडित्यात, ग्रंथात गुरफटून गेलो आहोत.

अंतर्यात्रा महत्त्वाची! जाणायचे ते स्वत:लाच! जोवर स्वत:ला नाही जाणून घेत, तोवर इतर काही जाणण्याचे मोल काय आहे? माझ्या अंतर्यामी काळोख असला, तर इतर काही जाणण्याचे मोल शून्य आहे. काही वेळा वाटते, आपण स्वत:बाबतच अनोळखी होत चाललो आहोत. आपल्याला स्वत:चीच नीटशी ओळख नाहीये. या जगातले सर्वात मोठे दु:ख आहे, ते म्हणजे स्वत:ला अनोळखी बनणे! आपल्याला स्वत:चीच ओळख नाहीये. स्वत:चाच ठाव ठिकाणा सापडत नाहीये.

सिद्धार्थच्या मनात विचारांचे, नानाविध प्रश्नांचे अगदी काहूर माजले होते. एके क्षणी त्याच्या मनात आले : आपण स्वत:पासून अगदी दूर दूर पळत आहोत. म्हणूनच स्वत:ला परके झालो. मला माझ्यातल्या *मी* लाच सामोरे जाण्याचे भय वाटते आहे. मी आत्म्याचा शोध घेतला, ब्रह्माचा शोध घेतला. मी स्वत:चे आतले स्तर वेगवेगळे करण्याचा आणि त्याचे विश्लेषण करण्याचा प्रयत्न केला. सगळ्याच्या मध्यात जाऊन गाभा शोधून समजून घेण्याचा मनापासून प्रयत्न केला. पण...?

सिद्धार्थने डोळे उघडून सभोवार पाहिले. आता त्याच्या चेहऱ्यावर स्मित उमलले होते. एका दीर्घ प्रवासातून वा स्वप्नातून जागे व्हावे, तसे त्याला वाटले. मस्तकापासून पायाच्या अंगठ्यापर्यंत सगळे शरीर झोपेतून जागे झाले असावे, असे त्याला तीव्रतेने वाटायला लागले. नकळत त्याची पावलं वेगाने पडायला लागली.

एके क्षणी त्याची पावले अचानक थांबली. सिद्धार्थने एक दीर्घ श्वास घेतला. तो स्वत:शीच म्हणाला : आता काहीही झाले तरी मी माझ्यातल्या सिद्धार्थला निसटून जाऊ देणार नाही. माझे विचार आणि माझे आयुष्य आता मी आत्म्याच्या आणि जगात असेलल्या दु:खाच्या विचारांच्या जंजाळात अडकू देणार नाही. जेवढा मी अधिकाधिक विश्लेषण करायचा प्रयत्न करतो, तितका मी अधिक गोंधळून जातो. मी आता माझे स्वत:चेच भग्नावशेष तपासण्याच्या भानगडीत पडणार नाही. योग, वेद, कोणी साधू किंवा कोणत्याही प्रकारची बाहेरुन घेतलेली माहिती माझ्या अजिबात उपयोगाची नाही. आता मी माझाच शिष्य होऊन माझ्याकडूनच ज्ञान प्राप्त करीन, स्वत:बद्दलचे ज्ञान मिळवीन आणि सिद्धार्थ असल्याचे गुपितही जाणून घेईन!

सिद्धार्थाची निश्चयी पावले अधिक जोमाने पडू लागली. त्याने सभोवार पाहिले. जणू काही तो ते सारे जग नव्यानेच पहात होता. त्याला सारे जग एकाचवेळी अनेक रंगांमध्ये न्हायलेले, अतिशय सुंदर आणि तरीही जाणिवेच्या पलीकडले, गूढ असे भासले. अथांग असे निळेशार आकाश, रंगीबेरंगी फुले, हिरवीगार जमीन, एकाजागी ठाम उभे असलेले पर्वत, घनदाट जंगल...सारे सारे सुंदर आणि नजर खिळवून ठेवणारे होते.

या सगळ्यात एक जादूई गूढता होती. त्यामधून नुकताच जागा झालेला सिद्धार्थ स्वत:च्या जाणिवेसह त्याला सापडलेल्या नव्या मार्गावरुन स्वत:कडेच चालला होता. खरे तर हे सारे सौंदर्य सिद्धार्थला नव्यानेच मोठ्या उत्कटतेत गवसत होते. त्यात माराचं संमोहन नव्हतं की मायेचा प्रभाव! वस्तूचा स्वभाव जाणून घेणं महत्वाचं आहे, हे आता सिद्धार्थला नव्याने जाणवत होतं. तुम्ही ज्याचा स्वभाव जाणून घ्याल, तेव्हाच त्यापासून मुक्त व्हाल! बोधानं, जाणल्यानं मुक्ती येत असते, हे त्याला आता जाणवायला लागलं. एकूणच, सौंदर्य हे साऱ्या जीवनाचे सारभूत आहे. जे शाश्वत सौंदर्य असते, ते मनाच्या नीरव स्तब्धतेत न बोलाविता, न शोधता, ओळखीचा संकेत न करता येते. यातही उत्कटतेचा व संवेदनशीलतेचा परमोच्च बिंदू गाठणे, म्हणजेच सारसर्वस्व अनुभविणे. हे शब्दांच्या व भावनांच्या पलीकडे वसणारे सौंदर्य असते. याची जाणीव सिद्धार्थला प्रथमच होत होती.

चालता चालता सिद्धार्थच्या मनात आलं, परिव्राजक साधू म्हणून इतकी वर्षे घालवल्यानंतर पुन्हा घरी, आईवडिलांकडे परतायचे का? पण लगेचच त्याचे दुसरे मन म्हणाले : मी आता परिव्राजक साधू नाही. मी कोणी पुजारी नाही, मी एक ब्राह्मण व्यक्ती नाही. आता मी मागे परतून काय करू? पुन्हा ग्रंथांचा अभ्यास करू? हवन करू? बळी देऊ? पुन्हा ध्यानधारणा करू? नाही, आता हे सारे काही मागे पडले आहे. आपल्या मार्गावर हे आता कुठेच येणार नाही.

एके ठिकाणी सिद्धार्थ क्षणभर निश्चल उभा राहिला. अचानक त्याला विलक्षण तुटलेपणाने घेरुन टाकले. आता आपण पूर्णपणे-निखळ एकटे आहोत आणि इतर सर्वांपासून तुटून गेलो आहोत, असे त्याला वाटले. समुद्राच्या लाटेसारखी सततची उसळणारी ही भीती मनात

विजेसारखी चमकून गेली. एकूणच एकटेपणाच्या जाणिवेने त्याला अगदी असहाय्य झाले. तशी गेली अनेक वर्षे तो घरापासून दूर राहिला होता. खरे तर, गोविंदा सोबत असल्याने त्याला एकटेपणा असा कधी जाणवला नव्हता. पण आता...केवळ थकला भागलेला संवेदनशून्य असा रितेपणाच काय तो उरला आहे, असे त्याला वाटायला लागले. त्याच्या मनात आलं, हे एकटेपण मोठे विलक्षण व भयानक आहे. एकटेपण म्हणजे सर्वांपासून तुटलेपणाची, स्वत:चा संकोच झाल्याची जाणीव! रस्त्यावरील माणसाचा एकटेपणा म्हणजे जीवनाचे दु:ख आहे. या एकटेपणातून एकाकीपणाकडे जायला हवे. सिद्धार्थ ध्यानात अगदी खोलवर गेला, तरीही आपण आपल्या वडिलांचा मुलगा आहोत, ब्राह्मण या वर्णात आपण जन्म घेतला आहे, या भावना तो विसरू शकत नव्हता!

आत्मशोधाच्या या प्रवासात स्वत:बद्दलची एक वेगळी विशेष जाणीव सिद्धार्थला व्हायला लागली. त्याचं मन अधिकाधिक जागृत होत गेलं! आता तो फक्त सिद्धार्थ होता. या व्यतिरिक्त त्याचे असे काहीच नव्हते. एके क्षणी स्वत:तल्या *काही नाहीपणाचे* त्याला रक्तात भान आले. पण यावेळी तो त्या *काही नाही पणाकडे* ताठपणे पाहू शकत होता. एक स्वतंत्र व्यक्ती म्हणून सिद्धार्थ कमालीच्या ठामपणे पुन्हा उभा राहिला. त्याच्या मनात आले : खऱ्या *स्व* च्या जाणिवेने आपल्याला एक जोरदार झटका दिलेला आहे. पुनर्जन्माच्या वेळेची ही अखेरची वेणा होती. आता मागचे, एकटेपणाचे, नैराश्याचे सारे दोर कापून मनाच्या नव्या जागृतीने तो पुढे चालू लागला.

****

जीवन हे असेच एखाद्या नदीसारखे – सतत प्रवाही, सतत नव्या वाटा चोखाळणारे, शोधक, प्रेरक, प्रसंगी काठावरुनही ओसंडून वाहणारे आणि मुख्य म्हणजे आपल्या पाण्याने प्रत्येक खबदाड व भेगा भरुन काढणारे असते. इतकेच नव्हे तर, त्या प्रवाहाला सतत अधिक व्यापकतेकडे व अधिक खोलपणाकडे जाण्याची विलक्षण ओढ असते. आपले मनही जीवनाबरोबर संपूर्णपणे गतिमान असते, कालरहितपणे पुढे पुढे जात असते – असे मन सुखी असू शकते, तेच नित्य नूतन असते आणि सृजनशीलही! खरे जीवन – जे जीवन अस्थिर असते, सतत बदलत असते, जे अतिशय असामान्य जोश आणि सौंदर्य असते – ते जीवन आपण निसटून जाऊ देतो.

विभाग २ रा

जपान मधील माझ्या चुलत भावाला,
विलहेम गुंदर्त -

'विचार कसा करावा, वाट कशी पहावी आणि उपवास कसा करावा, हे मला चांगलं माहिती आहे. तुला वाटलं असेल की या गोष्टींचा काही उपयोग नाही, पण त्या गोष्टींचा किती उपयोग आहे, हे तुला लवकरच दिसेल. तुम्ही पाण्यात दगड टाकलात की तो वेगाने तळाशी जातो. त्याप्रमाणेच, मी या जगात त्या दगडाप्रमाणे यदृच्छेने वावरत असतो. माझं ध्येय मला आपल्याकडे आकर्षून घेतं. हे सगळं होत असताना, माझ्या ध्येयसिद्धीच्या आड येऊ शकेल, असं काहीही मी स्वत:मध्ये शिरू देत नाही. हे सारे मी अरण्यात राहत असताना त्या साधूंकडून शिकलो. प्रत्येकालाच ते करता येतं. जर माणसाची विचार करण्याची, वाट पाहण्याची आणि उपास सोसायची तयारी असेल, तर ध्येयसिद्धी ही प्रत्येकालाच शक्य होईल.'

सिद्धार्थ

५

कमला

मावळत्या सूर्यकिरणांनी दूरवरची पर्वतशिखरे उजळून निघत होती. पण जवळची दरी मात्र सावलीतच होती. संध्यारागाने उजळलेली ती पर्वतशिखरे जणू स्वयंप्रभेने उजळल्यासारखी दिसत होती. लांबवर जाणाऱ्या त्या रस्त्याच्या उत्तरेकडील डोंगर रुक्ष व उजाड दिसत होते. दक्षिणेकडील डोंगरांच्या रांगा मात्र हिरव्यागार गर्द झाडीने आच्छादलेल्या होत्या. दूरवर पसरलेली ती रमणीय दरी डोंगरामधून सरळ रस्त्याने विभागलेली दिसत होती. संध्याकाळच्या त्या मोहक प्रकाशात ते डोंगर अगदी निकट असल्यासारखे वाटत होते, त्यामुळे ते इतके नाजुक, हलकेफुलके व स्वप्नांप्रमाणे आभासमय वाटत होते! तिकडे आकाशात उंचावर मोठमोठे पक्षी सहजपणे गोलगोल घिरट्या घालीत होते आणि तिकडे जमिनीवर आळसावलेल्या खारी सावकाशपणे रस्ता ओलांडीत होत्या. काळवंडत जाणाऱ्या आकाशाच्या पार्श्वभूमीवर वृक्षांच्या काळ्या आकृती डौलदार दिसत होत्या.

सिद्धार्थला आता त्याच्या नव्या मार्गाने जाताना पावलापावलावर

काहीतरी नवीन शिकायला मिळत होते. त्याचे जग आता बदलले होते आणि हृदय आनंदाने उत्फुल्ल झाले होते.

नदीचे विशाल पात्र नि:स्तब्ध व शांत होते. क्षितिजावर नुकताच चंद्रोदय झाला होता. दोन उंच वृक्षांच्या मधून चंद्रबिंब हळूहळू वर येत होते. त्या प्रशांत जलप्रवाहावर सायंकाळच्या लांब लांब सावल्या पडल्या होत्या. दिवसभराच्या वाहण्याने दमलेली नदी शांत होऊ लागली होती. मासे प्रवाहाबरोबर उड्या घेत होते आणि मोठमोठे पक्षी रात्रीच्या विसाव्यासाठी किनाऱ्यावरच्या विशाल वृक्षांकडे झेपावत होते. नदीच्या वरच्या भागाकडून एक नाव येत होती. दूरवर एक गाय हंबरत होती. सायंकालच्या परिमलाने वातावरण अगदी भरुन गेले होते. मावळत्या सूर्यप्रकाशात नदीचे पाणी चमकत होते आणि त्यात झेंडूच्या फुलांची एक माळ वाहत चालली होती. ते सारे किती विलक्षण रमणीय व चैतन्यमय होते. ती नदी, ते पक्षी, ते वृक्ष आणि खेडूत लोक!

नदी किनाऱ्यावरील उंचशा जागी एका झाडाखाली सिद्धार्थ क्षणभर बसला. सायंकाळचे ते मनोहारी निसर्गसौंदर्य पाहून आता त्याला आनंद होऊ लागला. नदीच्या वाहत्या प्रवाहाचा तो खळाळणारा नाद त्याला आता नव्याने जाणवत होता. खरे तर, हे सगळे पूर्वीसुद्धा होतच होते. पण तेव्हा सिद्धार्थच्या मते, ही दृश्ये म्हणजे डोळ्यांवर आलेला क्षणभंगुर आणि फसवा पडदा होती. सिद्धार्थचे असे ठाम मत होते की, ह्या पडद्याला तार्किक विचारांनी नष्ट करणे आवश्यक आहे, कारण दृश्यांची आवश्यकता नाही. खरे आयुष्य हे या दृश्यांच्या पडद्यापलीकडेच आहे आणि ते पाहणे आवश्यक आहे. पण आता, त्याची मोकळी झालेली नजर त्या दृश्यांवर टिकून राहिली, त्याने ती सारी दृश्ये मनापासून पाहिली आणि त्यांच्याशी समरस होण्याचा प्रयत्न केला. त्या दृश्यांचा आणखी काही वेगळा तात्विक अर्थ काढण्याचा त्याने प्रयत्न केला नाही. हे जग फारच सुंदर आहे. त्यात काही शोधायचे नाहीये. फक्त एखाद्या निरागस बालकाप्रमाणे

त्याचा भरभरुन आनंद घ्यायचा आहे.

एकूणच, साक्षात अनुभवणे हे अक्षय, अनंत असते. वस्तुत: जीवन म्हणजे वर्तमान चिन्मय जीवन होय. वस्तूंचे, वृक्ष-ताऱ्यांचे, वाहत्या नदीचे केवळ दर्शन म्हणजेच चिन्मय अनुभवणे!

सिद्धार्थला एक आगळीच जाग आता येत होती. जंगलात झाडाच्या सावलीने पाण्याचे ते प्रवाही खळाळणे पाहणे, हे वेगळेच भासू लागले. इतकेच नव्हे तर, रोजचेच अन्न सिद्धार्थला अगदी वेगळ्या चवीचे वाटत होते. त्याच्या जगण्यातला आनंद इतका वाढला होता की, काळ पुढे जाण्याची गती वाढल्यासारखी त्याला वाटत होती. त्याचवेळी माकडांचा कळप झाडांच्या शेड्यांवरुन चीत्कारत गेलेला सिद्धार्थला दिसला.

आपल्या वाटेने जात असताना सिद्धार्थने एक बोकड शेळीबरोबर शरीरसंबंध करताना पाहिला. एका तळ्यात काही मासे भक्ष्याचा पाठलाग करीत होते. तरुण मासे पाण्याबाहेर उड्या मारत होते. पाण्यातील त्या सगळ्या हालचालींमुळे प्रचंड ताकद आणि लालसा पाण्यातून उत्सर्जित होत असल्यासारखी सिद्धार्थला भासली.

आत्ताच्या एकाकीपणात सभोवतालच्या सौंदर्याशी-निसर्गाशी सिद्धार्थला संवाद साधता येत होता. सिद्धार्थचे मन आता अधिक लवचिक व ग्रहणक्षम झाले होते. त्याला अवतीभोवतीचे जीवन अखंड व कालातीत आहे, असे जाणवत होते.

चालता चालता सिद्धार्थ जैतवनातील अनुभवाची उजळणी करू लागला. बुद्ध महात्मन, त्याचे प्रवचन, गोविंदाने घेतलेला निरोप हे सगळे

त्याला कळत-नकळत आठवायला लागले. मुख्य म्हणजे त्या महात्म्याबरोबर झालेले सभाषण तर जसेच्या जसे सिद्धार्थला आठवत होते. अगदी कालच घडल्यासारखे.

खुद्द बुद्धाने साक्षात्काराच्या क्षणी जो काही दिव्यत्वाचा अनुभव घेतला, त्यातून त्याला बुद्धत्व प्राप्त होत गेले. अर्थात ही दिव्यत्वाची अनुभूती ही शब्दांच्या किंवा अभिव्यक्तीच्या पलीकडची आहे. ते त्याचे गुपित आहे. त्याचे संपूर्ण आकलन प्रवचनाद्वारे कळणे कदापि शक्य होणार नव्हते आणि नाहीये. जे काही आहे ते ऐहिकापलीकडचे आहे. त्याचा अनुभव घेण्यासाठी स्वत:च्या प्रकाशातच वाटचाल करायला हवी! स्वातंत्र्य म्हणजे स्वत:च स्वत:साठी प्रकाश होणे. या प्रकाशात सर्व कृती होतात. मुख्य म्हणजे त्या कधी परस्परविरोधी नसतात, विसंगत नसतात. खरे तर, हा प्रकाश म्हणजेच प्रेम आहे. आता सिद्धार्थला हे चांगलेच कळले होते की, प्रत्येकाने, स्वत:च, स्वत:साठी प्रकाश बनले पाहिजे. स्वत:च स्वत:साठी प्रकाश होणे म्हणजे दुसऱ्याच्या प्रकाशाच्या मागे न जाणे, भले तो प्रकाश कितीही योग्य, तर्कशुद्ध, ऐतिहासिक वा खात्रीलायक असला तरी!

स्व हाच आत्मा आहे. त्याला काहीजण ब्रह्म असेही म्हणतात. आजवर सिद्धार्थ त्या अचिंत्य, अव्यक्त, अरुप अशा परमतत्वाला विचारांनी आकळू पाहत होता. शरीर हे निश्चितच ते तत्व नाही. अर्थात ते शिकून समजणे शक्य नाही. त्यामुळे तत्संबधी काही निर्णय वा निष्कर्ष काढणे कदापि शक्य होणार नाही. दुसरे असे की मुळातच ते तर्काच्या पलीकडे असल्याने तार्किक बुद्धीला ते कळत नाही. इतकेच नव्हे तर परंपरेच्या सिद्ध विचारांवर नवीन विचारांचे इमलेही बांधणे इथे शक्य नाही.

विचार आणि ज्ञानेंद्रिये या दोन्ही गोष्टी सुंदर असल्या तरी या दोहोंना खूपच मर्यादा आहेत. त्यामुळे अंतिम सत्य हे अखेरीस त्यांच्यापासून लपूनच राहते. पण तरीही त्या दोहोंचे, म्हणजेच विचारांसह पंचेंद्रियांचे सहाय्य हे घ्यावेच लागते. अंतर्मनातील जग आणि बाह्य जग हे एकमेकांशी निगडित आहेत. विशाल सागराच्या लाटांचा खेळ असतो तसेच हे आहे. लाटेबरोबर पाणी पुढे येते आणि परत आतही सरते. अंत:स्थाकडून विचार आणि ज्ञानेन्द्रियांमार्फत येणारे संदेश खूप लक्ष देऊन आता अनुभवावे लागतील.

आता आतला आवाज जे काही करायला सांगेल, तेवढेच आता करायला हवे. तो आवाज जेथे लक्ष द्यायला सांगेल, तेथेच लक्ष द्यायला हवे.

ज्या क्षणाला गौतमाला ज्ञानप्राप्ती झाली, तेव्हा बोधिवृक्षाखाली बसण्याची प्रेरणा त्याला कशामुळे झाली असेल? त्याला आतून ती प्रेरणा झाली, ज्यामुळे तो तेथे जाऊन बसला असावा! त्याने स्वमताने आत्मपीडन करुन घेतले नाही. परमेश्वराला अभिषेक केला नाही किंवा त्याला काही अर्पण केले नाही, परमेश्वराची प्रार्थना केली नाही. त्याने फक्त त्या अंत:प्रेरणेने सर्व कृती केल्या. ज्ञानप्राप्तीसाठी फक्त अंत:प्रेरणेवर अवलंबून राहणे एवढेच आवश्यक होते आणि ते बुद्धाने केले.

त्या रात्री सिद्धार्थ नदीकाठी एका नावेकऱ्याच्या चंद्रमौळी झोपडीत असताना एक स्वप्न पडले.

त्या स्वप्नात बौद्ध भिक्षुप्रमाणे पिवळी वस्त्रे नेसून गोविंद त्याच्यासमोर उभा होता. तो अतिशय दु:खी दिसत होता. पडलेल्या आवाजात त्याने

सिद्धार्थला विचारले, 'तू मला टाकून का गेलास?' यावर गोविंदाला मिठीत घेऊन त्याचे सांत्वन करताना सिद्धार्थला जाणवले की त्याच्या मिठीत गोविंद नसून एक स्त्री आहे. तिच्या कपड्यातून तिचा एक स्तन बाहेर आलेला आहे. सिद्धार्थने खाली वाकून त्या स्तनातून अतिशय मधुर असे दूध प्यायला सुरवात केली. त्या दुधाला स्त्री-पुरुष युग्माची, सूर्याची आणि जंगलाची, प्राण्यांची आणि फुलांची, विविध फळांची आणि समस्त आनंददायी इच्छांची चव होती. त्या दुधाने सिद्धार्थला गुंगी आली आणि तो बेशुद्ध झाला.

जागा आल्यावर सिद्धार्थला जाणवले की, झोपडीसमोरुन नदी वाहत आहे आणि पाठीमागे जवळच असेलल्या जंगलातून घुबडांचे घूत्कार ऐकू येत आहेत.

उजाडल्यावर सिद्धार्थने त्या झोपडीच्या मालकाला, नावेकऱ्याला, नदीपलीकडे सोडण्याची विनंती केली. त्यावर आपल्या बांबूच्या तराफ्यावर बसवून त्या नावेकऱ्याने सिद्धार्थला नदीपार नेऊन सोडले.

सिद्धार्थला ती नदी फार आवडली. त्याने तसे त्या नावाड्याला बोलूनही दाखवले. त्यावर तो नावाडी म्हणाला, 'मलादेखील ही नदी इतर कशाहीपेक्षा जास्त आवडते. ती मला सतत काहीना काही सांगत असते. तिच्याकडून मी बरंच काही शिकलो आहे. ती माझी गुरु आहे, असे म्हटले तर ते अतिशयोक्त ठरू नये!'

नदीपलीकडे पोचल्यावर नावेतून उतरताना सिद्धार्थ म्हणाला, 'मी तुझा ऋणाईत आहे. पण तुला देण्यासाठी धन किंवा इतरही कोणती वस्तू माझ्याजवळ नाही. मी एक निष्कांचन असा ब्राह्मण साधू आहे.'

‘ते मला दिसतेच आहे. मला तुझ्याकडून काहीही म्हणजे काहीही नको आहे. तुझ्याकडून काही धन मिळण्याची मी अपेक्षा ठेवली नव्हती. तू माझा पाहुणा आहेस आणि पाहुण्याकडून मला काही घ्यायचं नाहीये. पण मी तुला एक सांगतो, तू पुढच्या भेटीत मला काहीतरी नक्की देशील.’

‘तुला असं का वाटलं?’

त्यावर मंद स्मित करीत नावेकरी सिद्धार्थला म्हणाला, ‘आपली पुनर्भेट निश्चित आहे.’

त्यावर सिद्धार्थ मोठ्या आश्चर्याने त्या नावाड्याकडे पहातच राहिला. त्याचे ते पाहणे पाहून तो नावाडी म्हणाला,‘असा आश्चर्यचकित होऊ नकोस! अरे हे देखील मला या नदीनेच शिकवलं आहे. प्रत्येक गोष्ट फिरुन परत येतेच, आणि तूही येशील. बराय, तू ये आता. तुझ्या कार्यात तुला यश येवो. तुझी मैत्री हेच माझं बक्षीस आहे. फक्त ईश्वराला नैवेद्य दाखवताना माझी आठवण जरूर कर!’

त्या साध्या सज्जन नावाड्याची मैत्री आणि दयाळूपणा सिद्धार्थला सुखावून गेला. त्याच्या मनात आलं, ‘हा नावाडी गोविंदासारखाच आहे. माझ्या मार्गावर भेटणारे सारे गोविंदाप्रमाणेच माझ्याशी प्रेमाने वागतात. ते माझ्यासाठी बरंच काही करतात. तो महात्मन बुद्ध आणि तो नावडी यांनी मला जाता जाता खूप काही दिलं. या दोहोंमध्ये बालकाची निरागसता आहे.’

दुपारच्या सुमाराला सिद्धार्थ गावात गेला. मातीच्या एका झोपडीपुढे मुले खेळत होती. काही मुले बिया आणि नदीतले शंख शिंपले घेऊन खेळत होती. साऱ्या मुलांचा एकच दंगा चाललेला होता. पण साधूसारख्या

दिसणाऱ्या सिद्धार्थला पाहून सगळे जण एकदम चिडीचूप झाले आणि घाबरुन आत पळून गेले.

गावाच्या टोकाशी एक झरा वाहत होता. त्या झऱ्याच्या काठावर बसून एक तरुण मुलगी कपडे धुवत होती. सिद्धार्थने हाक मारल्यावर तिने मान वर करुन पाहिले आणि त्याच्याकडे पाहून ती हसली. ती हसताना तिच्या शुभ्र दंतपंक्ती त्याला दिसल्या. पुढचे मोठे नगर किती दूर आहे, असे विचारल्यावर ती युवती हसत हसत उठली आणि सिद्धार्थच्या जवळ आली. तिने त्याच्या जेवणाखाणाची चौकशी केली. मग ती त्याच्याशी काहीशा थट्टेने बोलू लागली. साधूंना स्त्रियांचा संपर्क वर्ज्य असतो का, असे विचारत तिने आपले डावे पाऊल सिद्धार्थच्या उजव्या पावलावर ठेवले आणि एखादी लता वृक्षाला बिलगावी, तसा तिने आपल्या पायाचा वेढा त्याला घातला. सिद्धार्थला वाटले की जणू काही आपल्या अंगातले रक्त उसळू लागले आहे. त्या क्षणी त्याला आदल्या रात्री पडलेल्या स्वप्नाची आठवण झाली. त्याने किंचित खाली वाकून तिच्या स्तनाचे चुंबन घेतले आणि तिच्याकडे पाहिले. त्याला तिच्या डोळ्यात आव्हान देणारी धगधगीत वासना दिसली.

सिद्धार्थच्या मनात कामेच्छा जागृत होऊ लागली, परंतु या प्रसंगाअगोदर कधीही त्याला स्त्रीस्पर्श घडला नसल्याने तो काहीसा गोंधळला. पण दुसऱ्याच क्षणी त्याने स्वत:ला सावरले. त्याचे हात सैल पडले. त्या स्त्रीच्या स्मिताचे आव्हान त्याच्या मनासमोरुन नाहीसे झाले. त्याच्या मनात तिच्याबद्दल, ती फक्त एक माजावर आलेली मादी आहे, एवढाच विचार उरला. तो त्याच्यापासून दूर झाला. पाठ फिरवून तो पुढच्या नगराच्या दिशेने चालू लागला. ती स्त्री हताशपणे सिद्धार्थच्या पाठमोऱ्या आकृतीकडे पाहत राहिली.

त्या दिवशी दुपारी उशीरा तो पुढच्या नगराच्या वेशीजवळ पोचला. जनसमूहात आल्यावर त्याला हायसे वाटले. कारण लोकांमध्ये जावे अशी

त्याच्या मनाला तहान वाटू लागली होती. बराच काळ तो अरण्यात राहिला होता. आदल्या रात्री बऱ्याच काळाने त्याला घरात झोपायला मिळाले होते.

त्या नगराच्या बाहेर अतिशय सुंदर कुंपण असलेली एक वृक्षवाटिका होती. त्या वाटिकेत बरेच स्त्री आणि पुरुष नोकर आपल्या हातांमध्ये विविध आकारांचे पेटारे घेऊन चालले होते. त्यांच्यामध्ये सजवलेल्या पालखीत बसून एक स्त्री चालली होती. त्या बागेच्या प्रवेशद्वाराशी उभा राहून सिद्धार्थ ती मिरवणूक पाहत होता. ते नोकरचाकर, त्या भरलेल्या करंड्या, ती सजवलेली पालखी आणि पालखीत बसलेली ती सुंदर स्त्री, या साऱ्यांचे निरीक्षण करीत होता. त्या स्त्रीने बराच साजशृंगार केलेला होता आणि विविध प्रकारचे दागिने अंगावर घातले होते. त्या स्त्रीला पाहून सिद्धार्थचे मन आनंदित झाले आणि त्याच्या मनात तिच्याबद्दल आकर्षण निर्माण झाले. पालखी जवळ आल्यावर त्याने त्या स्त्रीकडे पाहून खाली वाकून तिला अभिवादन केले. ते पाहून त्या स्त्रीने देखील हसून क्षणभर मान हलवली आणि ती सारी मिरवणूक त्या उपवनात दिसेनाशी झाली.

सिद्धार्थच्या मनात आले की, चला नगरात शिरताना आपल्याला शुभशकून झाला. त्याला त्या बागेत आपण जावे, अशी तीव्र इच्छा झाली, पण त्याला लगेच आठवले की आपल्याला पाहून त्या सगळ्या नोकरांनी कसे तिरस्काराने, तुच्छतेने आपल्याकडे पाहिले होते ते! आपण अजूनही एक साधू म्हणजे त्यांच्या दृष्टीने एक भिकारीच आहोत. मी जर अशा वेशात आणि स्थितीत असलो तर मला त्या वाटिकेत कधीच प्रवेश मिळणार नाही. त्याला स्वतःचे हसू आले.

त्या वाटिकेच्या बाहेर उभा असताना तेथे आलेल्या माणसाकडे त्याने त्या बागेची आणि तेथे नुकत्याच गेलेल्या स्त्रीची चौकशी केली. त्याला असे कळले की, ते उपवन त्या स्त्रीच्या मालकीचे आहे आणि ती कमला नावाची स्त्री एक वेश्या आहे. या बागेव्यतिरिक्त नगरात तिचे एक घर आहे. त्यानंतर सिद्धार्थ नगरात शिरला. त्याच्यासमोर आता एकच ध्येय होते. खरे तर, त्या ध्येयाप्रत पोचण्यासाठी तो नगरात शिरला होता. नगरातले रस्ते, चौक, बाजारपेठ वगैरेंचे निरीक्षण करीत तो संध्याकाळपर्यंत फिरला आणि नंतर त्याने नदीकाठच्या दगडी घाटावर थोडी विश्रांती घेतली. संध्याकाळी त्याने एका न्हाव्याच्या हाताखाली काम करणाऱ्या माणसाशी थोडी ओळख करुन घेतली. त्या माणसाला त्याने दुपारी एका घराच्या सावलीत हजामतीचे काम करताना आणि नंतर विष्णूच्या देवळात प्रार्थना करीत असताना पाहिले होते. त्याच्याशी थोडी घसट वाढवून सिद्धार्थने त्याला नंतर विष्णू व लक्ष्मीच्या काही कथा सांगितल्या. नदीकाठी नांगरुन ठेवलेल्या एका नावेवर त्याने रात्री झोप घेतली. सकाळी लवकर उठून काल ओळख करुन घेतलेल्या त्या न्हाव्याच्या नोकराकडून सिद्धार्थने दाढी करुन घेतली आणि केस कापून घेतले. त्याच्याकडून सुगंधी तेल लावून घेऊन आपले केसही विंचरुन घेतले. एवढे झाल्यानंतर सिद्धार्थने नदीत यथेच्छ आंघोळ केली.

दुपारी अगदी उशीरा कमला आपल्या बागेत यायच्या वेळेस सिद्धार्थ तेथे प्रवेशद्वाराशी उभा राहिला. तिची पालखी बागेजवळ आल्यावर सिद्धार्थने यावेळीही तिला वाकून अभिवादन केले. कमलेनेही त्याला प्रतिसाद दिला. पालखीच्या मागोमाग सारे नोकर बागेत जात असताना सिद्धार्थने अगदी शेवटी बागेत जाणाऱ्या नोकराला आपल्याजवळ बोलावले आणि कमलेला असा निरोप पाठवला की, एक तरुण ब्राह्मण

तुला भेटू इच्छितो. थोड्या वेळाने तो नोकर बाहेर आला आणि सिद्धार्थला आपल्याबरोबर बागेमध्ये घेऊन गेला. तेथे एका मांडवात कमला एका पलंगावर आडवी झालेली होती. सिद्धार्थला तेथे मांडवात सोडून तो नोकर तेथून निघून गेला.

कमलेने विचारले, 'काल बागेबाहेर उभा राहून तूच मला नमस्कार केला होतास ना?'

'हो, मीच होतो तो.'

'पण, काल तर तुझी दाढी खूप वाढलेली होती आणि केसही वाढलेले होते.'

'हो. तू म्हणतेस ते बरोबर आहे. माझं नाव सिद्धार्थ. मी एक ब्राह्मण आहे आणि साधू होण्यासाठी मी घर सोडून आलो आहे. मी तीन वर्षे साधूंबरोबर राहिलो, पण आता मी तो मार्ग सोडून नगरात राहायला आलो आहे. या नगरात आल्यावर मला भेटणारी पहिली व्यक्ती तूच आहेस, हे सांगायला मी तुझ्याकडे आलो आहे. आजवर मी कोणत्याही स्त्रीशी बोलताना जमिनीकडे नजर वळवत असे. पण का कुणास ठाऊक तुझ्यासारख्या सुंदर स्त्रीसमोर आल्यानंतर माझी नजर मात्र जमिनीकडे वळली नाही.'

आपल्या हातातल्या मोरपिसांच्या पख्यांशी चाळा करीत कमला त्याला म्हणाली, 'म्हणजे तू हे सारे कथन करण्यासाठी इथे आला आहेस का?

'तुला हे सांगायला आणि तू खूप सुंदर आहेस, हे सुद्धा सांगायला मी आलो आहे. जर तुला राग येणार नसला, तर एक विचारू का?'

'विचार!'

'तू माझी मैत्रीण आणि शिक्षिका होशील का? कारण तू ज्या कलेत प्राविण्य मिळवलं आहेस. त्या शृंगारकेलबद्दल मला काहीही ठाऊक नाही.'

ते ऐकल्यावर कमलेला हसू आवरेना! हसत हसत ती त्याला म्हणाली, 'मित्रा, हे असं आजवर झालं नव्हतं! कमरेला भगवी वस्त्रे गुंडाळलेला आणि अरण्यात राहणारा एक साधू माझ्याकडे ही मागणी घेऊन कधीही आला नव्हता. माझ्याकडे बरेच तरुण सहवासासाठी येतात, त्यात ब्राह्मणही असतात. पण ते सगळे दिमाखदार पोशाखात, ऐटदार चढाव घालून आणि मुख्य म्हणजे स्वत:बरोबर भरपूर धन घेऊन येतात.'

त्यावर सिद्धार्थने तिला म्हटले, 'मी आता नवनवीन गोष्टी शिकतो आहे. काल मी या बागेजवळ आलो, तेव्हाही शिकतच होतो. आता मी दाढी काढलेली आहे. केस व्यवस्थित कापून सुगंधी तेल लावून विंचरले आहेत. आता माझ्याकडे कमतरता आहे ती तीन गोष्टींची. त्या म्हणजे – दिमाखदार पोशाख, ऐटदार चढाव आणि खिशात भरपूर धन! मी आजवर बऱ्याच कठीण ध्येयाचा पाठपुरावा करुन ती साध्य केली आहेत. त्यामुळे अशा क्षुल्लक गोष्टी साधणे मला कठीण नाही. भरपूर पैसा मिळवून तुझी मैत्री संपादन करणे आणि शरीरसुखातील परमोच्च आनंदाचा अनुभव घेणे, हे मी नक्कीच साधेन! मी पटापट नवीन गोष्टी शिकेन, हे तू पाहशीलच! आता आपण मूळ मुद्यावर येऊ. मी आता जसा आहे, तसा मी तुला पसंत पडेन का?'

त्यावर कमला हसून म्हणाली, 'नाही. तू जसा आत्ता आहेस, तसा मला अजिबात पसंत नाहीस. तुझ्याकडे चांगले कपडे, चांगली पादत्राणे आणि भरपूर धन हे असलेच पाहिजे. या खेरीज मला तुझ्याकडून चांगल्या भेटवस्तूही मिळायला हव्यात!'

त्यावर सिद्धार्थ तिला निश्चयात्मक सुरात म्हणाला, 'ठीक आहे. तुझ्या मागण्या माझ्या लक्षात आल्या. मी लवकरच तुला तुझ्यासाठी योग्य वाटेन! पण त्याआधी तू मला हे सांग, माझ्यासारख्या अरण्यातून आलेल्या साधूची तुला भीती वाटली नाही का?'

'मला तुझी – जो स्त्रीला अजून जाणतही नाही – त्याची भीती मला

का वाटावी?'

'हे बघ, मी ताकदवान आहे आणि कशालाही भीत नाही. मी तुझ्यावर बळजबरी करू शकतो आणि तुला पळवूनही नेऊ शकतो.'

'हे साधू, या गोष्टींना मी मुळीच घाबरत नाही. आजवर कधी एखाद्या ब्राह्मणाला किंवा साधूला अशी भीती वाटली आहे का, की त्याच्याजवळचे ज्ञान चोरीला जाईल? किंवा त्याची ईश्वरावरची भक्ती पळवली जाईल? किंवा त्याची विचारक्षमता कोणी घेऊन जाईल? नाही, या गोष्टी जशा तुमच्या स्वतःच्या आहेत, तुमच्यामध्ये आहेत, त्या कोणाला द्याव्या अशी तुम्हाला इच्छा झाली, तरच त्या गोष्टी त्या व्यक्तीला मिळतील. माझे तसंच आहे. माझे प्रेम माझ्यात आहे. ते कोणाला पळवता येणार नाही. माझ्या सुंदर चेहेऱ्याचे चुंबन कोणी माझ्या इच्छेविरुद्ध घेऊ पाहिलं, तर त्याला त्याच्यातली गोडी मिळणार नाही. मी देहसुख विविध प्रकारे देऊ शकते, पण ते माझी इच्छा असल्यासच तुम्हाला आनंददायक रीतीने मिळू शकते. हे साधू, तू बऱ्याच गोष्टी नव्याने शिकतो आहेस, त्यात ही महत्वाची गोष्ट लक्षात ठेव – प्रेम हे आर्जव करुन मिळू शकते, विकत मिळू शकते, किंवा भेट म्हणून मिळू शकते. पण ते चोरुन मिळत नाही. तू आत्ता चुकीच्या मार्गाने विचार करू नकोस! कारण त्यात तुला यश मिळणार नाही.'

'नाही कमला, मी केवळ तुझी थट्टा केली. पण एक गोष्ट खरी की मी अपयशी होणार नाही. तुझ्या सहवासाच्या गोडव्यातील एकही थेंब मला वाया जाऊ द्यायचा नाही. त्यामुळे माझ्याकडे नसलेल्या गोष्टी घेऊन मी तुझ्याकडे येईन आणि तुझ्या संमतीने शृंगाराचे धडे घेईन. आता मला तुझ्याकडून एक सल्ला मिळेल का?'

त्यावर कमला हसत हसत सिद्धार्थला म्हणाली, 'नक्कीच! अरण्यात श्वापदांच्या संगतीत राहिलेल्या तुझ्यासारख्या दुर्दैवी, अज्ञानी साधूला सल्ला द्यायला मला नक्कीच आवडेल!'

'मला एक सांग, या तीन गोष्टी कमी कमी वेळात कुठून आणि कशा मिळवता येतील?'

'या गोष्टीं अनेकांना माहित नसतात, म्हणून ते विलक्षण दुःखी होतात. तू जे शिकला आहेस आणि जे तू करू शकतोस, ते दुसऱ्यांसाठी करुन तू धन, कपडे आणि वहाणा मिळवू शकतोस. एखाद्या निर्धन माणसासाठी या व्यतिरिक्त दुसरा मार्ग नाही. तुला काय करता येतं?'

'मी विचार करू शकतो, वाट पाहू शकतो आणि उपासही सहन करू शकतो.'

'इतकंच?'

'मी भरपूर वाचन केले आहे. अनेक ग्रंथांचा खोलवर अभ्यास केला आहे. मी कविताही करू शकतो. मी जर तुला एक छानशी कविता ऐकवली तर तू मला एक चुंबन देशील?'

'हो देईन, पण मला कविता आवडली तरच!'

सिद्धार्थने तिच्या एकदा डोळ्यात पाहिले आणि तो हळूवार स्वरात कविता म्हणू लागला...

घनगर्द सावली देणाऱ्या कुंजात,
सौंदर्यवती कमला प्रवेशली,
कुंजाच्या द्वारी होता उभा, अर्धगौर साधू
तो येता जणू उमलले कमल.
त्या अभ्यागताच्या अभिवादना,
सस्मित मुखे स्वीकारी ती यौवना,
त्यास गमले, ईश्वरी प्रसाद जणू त्याला लाभला.

ते काव्य आवडून कमलेने मोठ्या आनंदाने टाळ्या वाजवल्या. त्या आनंदाच्या भरात ती त्याला म्हणाली, 'तुझी कविता छान आहे आणि संयुक्तिकही! हे अर्धगौर साधू, या कवितेचे बक्षीस म्हणून मी तुला नक्कीच चुंबन देईन.'

तिने सिद्धार्थला डोळ्यांनीच जवळ येण्यास खुणावले. त्याने मान तिरकी करुन आपले ओठ तिच्या ओठांवर ठेवले. कमलेने बराच वेळ आपल्या ओठांच्या पाकळ्यांनी त्याचे ओठ मिटवून टाकले. तो ओठांचा खेळ कमला आपल्याला कशी शिकवते आहे, याचे सिद्धार्थला नवल वाटले. ती त्याला कधी थांबवते तर कधी दूर सारते. कधी मोहातही पाडते. आणि पहिल्या चुंबनानंतर तिने वेगवेगळ्या प्रकारच्या चुंबनाचा वर्षाव आपल्यावर कसा केला, याचे त्याला आश्चर्य वाटायला लागले. खोल श्वास घेत तो उभा राहिला, तेव्हा हे ज्ञानही किती अगाध आहे, यात शिकण्यासारख्या कितीतरी गोष्टी आहेत, हे त्याला प्रकर्षाने जाणवले.

क्षणभर त्याचे हात कमलाने आपल्या हातात घेतले आणि आपल्या मानेभोवती टाकले. मग त्याच्या ओठांवर आपले ओठ पुन्हा टेकवत ती त्याला म्हणाली, 'तुझी कविता सुंदरच आहे, यात शंका नाही. माझ्याकडे पुरेसे धन असते, तर मीच तुला त्याबद्दल सोन्याची एक मोहोर दिली असती! पण केवळ कविता रचून तुला पैसा मिळणं कठीण आहे. तुला कमलेचा मित्र व्हायचं असेल, तर तुझ्याकडे पुष्कळ धन असणे आवश्यक आहे.'

त्यावर सिद्धार्थने तिला आपल्या जवळ ओढत म्हटले, 'तू ज्या प्रकारे चुंबन घेतेस ना कमल, ते फारच मधुर आहे.'

'होय. हे मला करता येतं म्हणूनच माझ्याकडे कपडालत्ता, दागदागिने, सुंदर भेटवस्तू यांची कमतरता नाही. पण तुझं कसं होणार रे?

तू विचार करणं, उपास करणं आणि कविता करणं याशिवाय दुसरं काहीच करू शकत नाहीस.'

'तू चुकीचे समजते आहेस. अग, मला यज्ञविधीचे मंत्र म्हणता येतात, पण ते यापुढे मी म्हणणार नाही. मला वशीकरण करता येतं, पण तेही मला करायचं नाही. मघाशी तुला म्हटलं तसं, अनेक ग्रंथ-पुराणे व शास्त्रे मी वाचली आहेत.'

ते ऐकताच अत्यानंदाने ती त्याला म्हणाली, 'काय, तुला लिहिता आणि वाचता येतं?'

'अर्थातच, त्याशिवाय का मी कविता केली असती. तसं तर बऱ्याच लोकांना लिहिता-वाचता येतं असतं!'

'येत असेल, पण मला येत नाही. तुला ते येतं हे फारच चांगलं आहे. तुझ्याकडे वशीकरण विद्या असल्याचाही मला फायदा होईल.'

इतकं बोलणं होत असतानाच, एका दासीने येऊन कमलेच्या कानात निरोप सांगितला.

तेव्हा कमला काहीशी गंभीर झाली आणि सिद्धार्थला घाईघाईने म्हणाली, 'मला भेटायला कोणीतरी आलं आहे. तू आता लगेच इथून निघून जा. तू कोणाच्याही दृष्टीस पडून चालणार नाही, हे सदैव लक्षात ठेव. उद्या आपण पुन्हा भेटू!'

कमलाने सिद्धार्थला एका पांढऱ्या रंगाचे उपरणे द्यायला आपल्या दासीला सांगितले. दुसऱ्याच क्षणी काय होतंय ते कळायच्या आत त्या दासीने त्याला बळे बळे ओढतच, मुख्य मार्ग सोडून एका वेगळ्याच मार्गाने बागेतल्या एका घरात नेले. दासीने त्याला एक पांढरे उपरणे दिले आणि बरीच झुडपे असलेल्या भागात नेऊन, तेथून कोणाच्याही नजरेस न पडता पटकन बाहेर जायला सांगितले.

अरण्यात फिरण्याची सवय असल्याने सिद्धार्थ त्या झुडुपांतून चालत जाऊन कुंपणावरुन उडी मारुन बाहेर पडला. मोठ्या समाधानाने ते उपरणे घेऊन तो नगरात परतला. एका अन्नछत्रात जाऊन त्याने काही अन्नपदार्थ आपल्या सोबत घेतले. पण चार पावले टाकताच त्याच्यातल्या अहंकारने फणा वर काढला.

सिद्धार्थ विचार करू लागला, या पुढे भिक्षांदेही करण्याची वेळ आपण आपल्यावर येऊ द्यायची नाही. त्याने हातातली भाकरी एका कुत्र्याला दिली आणि तो तसाच जवळच्या एका झाडाखाली बसून राहिला. एके क्षणी त्याच्या मनात आलं : ही माणसे अगदी साधे आयुष्य जगतात. त्यात अडचणी नाहीत. मी जेव्हा साधू म्हणून जगत होतो, तेव्हा अडचणीच अडचणी समोर होत्या. जगणे अतिशय दुरापास्त होते. काहीवेळा अत्यंत निराशाजनकही होते. आता मात्र सारे काही सुरळीत व सोपे होणार आहे. कमलेने दिलेल्या चुंबनाच्या धड्यासारखे. आपल्याला आता फक्त उंची कपडे आणि भरपूर धन मिळवायचे आहे. ते मिळवणं तर फारच सोपं आहे. त्यात अस्वस्थ होण्यासारखं काही नाही.

दुसऱ्या दिवशी कमलेला भेटायला गेल्यावर त्याला चांगली बातमी ऐकायला मिळाली. कमला त्याला म्हणाली, 'तुझे नशीब खूपच बलवत्तर आहे. इथे कामस्वामी नावाचा सर्वात श्रीमंत व्यापारी आहे. त्याने तुला भेटायला बोलावले आहे. त्याच्या कामासाठी त्याला जर तू योग्य वाटलास तर तो तुला त्याच्याकडे काम देईल. त्याच्याशी

बोलताना चतुराईने वाग! माझ्या ओळखीच्या एका व्यक्तीमार्फत मी त्याच्याशी बोलले आहे. तो फार वजनदार असामी असला तरी त्याच्यासमोर फार संकोचाने राहण्याची गरज नाही. त्याच्याशी नम्रतेने तू वागशीलच, पण त्याकडे तू चाकरी मात्र करू नकोस! त्याच्या बरोबरीचा झालास, तरच तू माझ्या पसंतीला उतरशील. कामस्वामीचं आता वय झालं आहे. त्याला कामाचा सगळा पसारा आता आवरत नाही. जर तुझं काम त्याला आवडलं, तर बऱ्याच गोष्टी तुझ्या भरवशावर तो सोडून देईल.'

सिद्धार्थने कमलेचे आभार मानले. चालून आलेल्या संधीने तो फारच सुखावला. तो दोन दिवसांचा उपाशी आहे, हे समजल्यावर कमलेने त्याला यथेच्छ जेवण आणि काही फळे दिली.

सिद्धार्थ तेथून निघताना कमला त्याला हसत हसत म्हणाली, 'तुझं नशीब जोरावर आहे. मी तुला एकामागोमाग एक संधी देत चालले आहे. तू माझ्यावर वशीकरणाचा प्रयोग केलास की काय?'

त्यावर सिद्धार्थ म्हणाला, 'मी कालच तुला सांगितलं आहे की, विचार कसा करावा, वाट कशी पहावी आणि उपास कसा करावा, हे मला चांगल माहिती आहे. तुला वाटलं असेल की या गोष्टींचा काही उपयोग नाही, पण त्या गोष्टींचा किती उपयोग आहे, हे तुला लवकरच दिसेल. तुला याचाही अनुभव येईल की, माझ्यासारखे अरण्यातले साधू बऱ्याच गोष्टी त्वरेने शिकतात आणि त्यांचा सहज वापर करू शकतात, ज्या सर्वसामान्य लोकांना जमत नाहीत. परवापर्यंत मी एक अशिष्ट असा भिकारी होतो, पण काल तू मला चुंबन दिलेस. लवकरच मी मोठा श्रीमंत व्यापारी होईन आणि तुला ज्या गोष्टींची इतकी आस आहे, त्या सगळ्यांचा मी मालक असेन!'

सिद्धार्थ जे काही बोलत होता, ते कमलेला मनोमन पटत होते. तरी पुढे ती त्याला म्हणाली, 'माझ्या मदतीशिवाय तुला हे सारं काही शक्य झालं नसतं!'

सिद्धार्थ हसत हसत तिला म्हणाला, 'माझ्या लाडक्या कमले, मी जेव्हा या वाटिकेत आलो, तेव्हा मी माझं पहिलं पाऊल टाकलं. या अत्यंत सुंदर स्त्रीकडून देहसुखाचे पहिले पाठ घ्यायचे, हे मी तुला पाहिलं तेव्हाच ठरवलं होतं. हे मी नक्कीच साधू शकेन, हा विश्वास मला होता. आणि तुझ्याकडे मी पहिल्यांदा पाहिलं, तेव्हा तू मला आवश्यक ती मदत करशील हे सुद्धा जाणवलं होतं.'

'पण माझ्या मनात तुला मदत करण्याची इच्छाच नसती तर?'

'तुझी इच्छा मला मदत करावी अशीच होती. कमल, हे बघ, तुम्ही पाण्यात दगड टाकलात की तो वेगाने तळाशी जातो. त्याप्रमाणेच, मी या जगात त्या दगडाप्रमाणे यदृच्छेने वावरत असतो. माझं ध्येय मला स्वत:कडे आकर्षून घेतं. हे सगळं होत असताना, माझ्या ध्येयसिद्धीच्या आड येऊ शकेल, असं काहीही मी स्वत:मध्ये शिरू देत नाही. हे मी अरण्यात राहत असताना त्या साधूंकडून शिकलो. यालाच मूर्ख लोक जादू असे म्हणतात आणि वर असंही म्हणतात की, अशी जादू राक्षस करतात. राक्षस काहीही करत नाहीत. राक्षस अस्तित्वातच नाहीत. प्रत्येकालाच ते करता येतं. जर माणसाची विचार करण्याची, वाट पाहण्याची आणि उपास सोसायची तयारी असेल, तर ध्येयसिद्धी ही प्रत्येकालाच शक्य होते.'

कमला शांतपणे सिद्धार्थचे बोलणे ऐकत होती. त्याचा आवाज ऐकत रहावा, असं तिला वाटत होतं. त्याच्या डोळ्यातले भाव तिला फार आवडून गेले.

'तू म्हणतोस तसंच असेल. पण कदाचित असंही असेल की, तू एक देखणा पुरुष आहेस. तुझ्या पाहण्याने स्त्रियांना सुख होते, म्हणून सुदैव तुला सहयोगाचा हात देत असेल.'

कमलेचे एक दीर्घ चुंबन घेऊन सिद्धार्थने तिचा निरोप घेतला. जाताना सहज त्याच्या मनात आले : तू माझी गुरू आहेस, पण माझी अशी इच्छा आहे की माझ्या पाहण्याने तुला सुख वाटावे आणि माझे सुख, माझे सुदैव तुझ्या वाटेनेच माझ्याकडे यावे.

****

६

कामस्वामी

कमलेने सांगितल्याप्रमाणे सिद्धार्थ, त्या व्यापाऱ्याला, कामस्वामींना भेटण्यासाठी त्यांच्या घरी गेला. कामस्वामी राहत असलेल्या आलिशान घरातील एक नोकर त्याला एका कक्षात घेऊन गेला. तेथे कामस्वामी सिद्धार्थची वाट पाहत बसले होते. त्या वैभवशाली महालासारख्या घरात श्रीमंतीची चिन्हे ठायीठायी दिसत होती.

सिद्धार्थला, कामस्वामी बुद्धिमान आणि अतिशय सावध स्वभावाचे असावे, असे वाटले. दोघांनी एकमेकांना अभिवादन केले.

'प्रथम दर्शनी पाहता तू एक शिकला सवरलेला विद्वान ब्राह्मण वाटतोस! असे असूनही माझ्यासारख्या व्यापाऱ्याकडे काम करण्याची इच्छा तू मनात बाळगावीस, याचे मला मोठे नवल वाटते आहे. सर्वसाधारणपणे ही वेळ एखाद्या निर्धन आणि निराधार व्यक्तीवर येते. तू तसा आहेस का?'

'नाही, मी कधीही निराधार नव्हतो आणि आताही मी निराधार नाही. तुम्हाला कदाचित हे ठाऊक नसेल की, मी आजवर बराच काळ अरण्यात

साधूंबरोबर राहिलेलो आहे.'

'जर तू साधूंकडून येथे आला असशील, तर तू निश्चितपणे निराधार आणि निर्धनच असला पाहिजेच. संन्यासी, साधू ह्या मंडळींकडे स्वतःचं असं काय असतं?'

'खूप काही. न मोजता येण्याजागं. भौतिक जगातील सुखी जीवनासाठी आवश्यक असणारी संपत्ती माझ्यापाशी नाही, हे तुम्ही म्हणता ते अगदी खरं आहे. पण आयुष्याच्या एका वळणावर मी त्या साधूंची व्रतस्थ जीवनरीत स्वेच्छेने स्वीकारली. म्हणूनच मी निराधार किंवा निराश्रित नाही.'

'तुझ्याकडे काहीही संपत्ती नाही, असे म्हणतोस, तर मग तू कशाच्या आधाराने जगणार आहेस?'

'त्याचा मी अजूनपर्यंत विचार केला नाही. तीन वर्षांपेक्षा जास्त काळ मी स्वतःच्या मालकीची कोणतीही वस्तू नसताना सहजपणे घालवला आहे. तेव्हा देखील मी कसा जगू, असा प्रश्न मला कधी पडला नाही. खरं सांगायचं झालं तर, मला या सर्व गोष्टींची आवश्यकता वाटत नाही.'

'याचाच अर्थ आजवर तू इतरांच्या संपत्तीवर जगत आलास!'

'तसं तुम्ही कदाचित म्हणू शकता! तसं बघायला गेलं तर, व्यापारीसुद्धा इतरांच्या मालकीच्या वस्तूंचा वापर करुन जगत असतात.'

'पण व्यापारी स्वतःकडचा माल देऊन त्याच्या मोबदल्यात पैसे घेतो, हे तू विसरतोस!'

'कामस्वामी, प्रत्येकजण स्वतःकडचं काहीतरी दुसऱ्याला देतो आणि त्याबद्दल दुसऱ्याकडून काहीतरी घेतो. आपलं आयुष्य असंच चालतं!'

यावर कामस्वामीने सिद्धार्थला विचारले, 'तुला राग येणार नसेल तर एक विचारतो. तुझ्याकडे काहीही संपत्ती नाही म्हणतोस, तर मग अशा स्थितीत तू दुसऱ्याला काय देऊ शकणार आहेस?'

'हे पहा, स्वतःकडे जे काही असेल, तेच माणूस दुसऱ्याला देत

असतो. प्रत्येकाकडे त्याचे स्वत:चे असे एक चैतन्य असते. योद्धा आपली ताकद आणि कौशल्य देतो. व्यापारी जमा केलेल्या वस्तू देतो. शिक्षक स्वत:कडची विद्या देतो. शेतकरी धान्य देतो तर कोळी मासे.'

'सिद्धार्थ, तुझ्याकडे दुसऱ्याला देण्यासारखं असं काय आहे? तू काय शिकला आहेस? तुला काय करता येतं? मला तर तुझी ओंजळ रिकामीच वाटते आहे.'

'मी योग्य विचार योग्य ठिकाणी करू शकतो. मी वाट पाहू शकतो आणि सहजपणे उपवासही करू शकतो.'

'बस, एवढंच?'

'मला वाटतं की यात सर्व काही आलं! जीवनप्रवाहात हेच सर्वात जास्त आवश्यक आहे, असं मला वाटतं.'

सिद्धार्थचे ते उद्‌गार ऐकून कामस्वामी विचारात पडले. त्यांनी त्याला विचारले, 'आता आपण उपवासाबद्दल बोलू. या उपासाचा असा काय उपयोग आहे?'

त्यावर कामस्वामींना समजावत सिद्धार्थ म्हणतो, 'उपवास फार चांगला असतो. जेव्हा एखाद्याकडे खायला काही नसतं, तेव्हा तो फक्त उपासच करू शकतो. आणि असं पाहा की, जर मला भूक सहन होत नसती, तर समोर येईल ते काम – मग ते तुमच्याकडे असेल वा इतर कोणाकडे – मी ते स्वीकारलं असतं. कारण माझ्या भुकेने मला तसं करणं भाग पाडलं असतं! पण आता तसं काही होत नाही. मला हवं तसं काम मिळेपर्यंत मी थांबून राहू शकतो. मला कसलीही घाई नाही. बराच काळपर्यंत भूक मला जेरीस आणायचा प्रयत्न करुन पाहिल. पण मी तिला बधत नाही, हे पाहिल्यावर ती माझ्याकडे पाहून हसेल आणि मला सोडून निघून जाईल. एकूणच, भूक सहन करता येणं, फार फार महत्वाचं आहे. सौम्यता, संयम, सहनशीलता आणि सबूरी प्रत्येकाकडे हवीच! माझ्याकडं या गोष्टी जरा जास्तच प्रमाणात आहेत. अहंकार म्हणून नाही सांगत, पण

त्यासाठी मी खूप मेहनत घेतली आहे.'

कामस्वामी सिद्धार्थचे बोलणे अगदी लक्षपूर्वक ऐकत होते. एके क्षणी ते त्याला म्हणाले, 'तू जरा थांब. मी आलोच!' असं म्हणत ते आपल्या आतल्या कक्षात गेले. येताना ते पत्रव्यवहाराचे काही कागद आणि हिशोबाच्या वह्या घेऊन आले. ते सारे बाड त्यांनी सिद्धार्थच्या समोर ठेवले आणि त्याला ते वाचायला सांगितले.

सिद्धार्थ त्यातला एकेक कागद काळजीपूर्वक पाहू लागला. सिद्धार्थने त्यातला एक खरेदी-विक्रीचा करार वाचायला घेतला. तो त्याने काळजीपूर्वक वाचून काढला. गठ्ठ्यातील एकेक कागद सिद्धार्थ मन लावून वाचतो आहे, हे पाहून कामस्वामींना मात्र मोठे समाधान वाटले.

एके क्षणी कामस्वामींनी त्याला एक लेखणी आणि कागद दिला व त्यावर काही लिहिण्यास सांगितले. त्यावर सिद्धार्थने काही ओळी लिहिल्या आणि तो कागद पुन्हा कामस्वामींना परत केला.

सिद्धार्थने लिहिलेला तो कागद कामस्वामी मोठ्या कुतूहलाने स्वत:शीच वाचू लागले.

'लिहिणे हे चांगलेच असते. पण योग्य विचार योग्य ठिकाणी करणे तसेच योग्य कृती करणे, हे त्यापेक्षा अधिक चांगले असते. यातही धीर धरणे, संयमशील सौम्यतेत जीवन व्यतीत करणे, हे तर अधिक उत्तम!'

ते वाचून कामस्वामी स्वत:शीच मोठ्या समाधानाने हसले. त्यांनी सिद्धार्थची मुक्तकंठाने स्तुती केली. ते त्याला म्हणाले, 'तुला चांगलं लिहिता येतं, ही खूपच चांगली गोष्ट झाली. आता व्यवहार म्हणून आपल्याला काही गोष्टी एकमेकांशी बोलून ठरवाव्या लागतील. पण तोपर्यंत तू माझा पाहुणा म्हणून माझ्याकडे राहा!'

सिद्धार्थने आनंदाने ते मान्य केले आणि तो कामस्वामींच्या घरी राहू लागला. कामस्वामींनी त्याला काही कपडे, वहाणा अशा काही आवश्यक गोष्टी दिल्या. रोज एक नोकर त्याच्या अंघोळीची तयारी करुन देत असे. दिवसातून दोन वेळा त्याला जेवायला मिळायचे! पण सिद्धार्थ मात्र एकदाच जेवायचा! त्याने कधीच मांसाहार किंवा मद्यपान केले नाही.

कामस्वामींनी सिद्धार्थला हळूहळू आपल्या व्यवसायाची आवश्यक ती माहिती करुन द्यायला सुरुवात केली. विक्रीचा माल, गोदामे, त्यासंबंधीचे सगळे हिशोब, हे सारे त्याने सिद्धार्थला व्यवस्थित समजून सांगितले.

दरम्यानच्या काळात तिथल्या बऱ्याच नवनव्या गोष्टी सिद्धार्थला कळू लागल्या. संवादात सिद्धार्थ समोरच्याचे बोलणे एकाग्रतेने ऐके, पण स्वत: अगदी कमीत कमी बोले. त्याने कमलेचे बोलणे चांगलेच लक्षात ठेवले होते. त्याने कामस्वामींकडून कधीही नोकरासारखी वागणूक स्वीकारली नाही. आपण दोघेही एकाच पातळीचे आहोत, हे त्याने आपल्या वागणुकीतून कामस्वामींना सतत जाणवून दिले. कामस्वामी आपला व्यवसाय अतिशय काळजीपूर्वक आणि उत्कटतेने करीत असत! पण सिद्धार्थ मात्र या साऱ्या गोष्टींकडे एक खेळ म्हणून पाहत होता. अर्थात या खेळाचे सगळे नियम सिद्धार्थने काळजीपूर्वक समजावून घेतले होते. असे असले तरी त्याने त्या खेळाला, स्वत:च्या मनावर कधी ताबा मिळवू दिला नाही. मोठ्या कलात्मक अलिप्ततेतने तो सारा खेळ खेळत होता.

सिद्धार्थ कामस्वामींच्या घरी फार काळ राहिला जरी नसला, तरी त्याने कामस्वामींच्या व्यवसायात प्रत्यक्ष भाग घ्यायला जोमाने सुरवात केली. दुसऱ्या बाजूला तो नियमितपणे कमलेने ठरवलेल्या वेळी तिची भेट घेत होता. तेही भपकेबाज पोशाख करुनच! आता तिच्याकडे जाताना तो

आठवणीने नवनव्या भेटवस्तूही घेऊन जाऊ लागला. कमलेकडून तो बऱ्याच नवीन गोष्टी शिकला. मात्र प्रणय आणि देहसुखाच्या बाबतीत तो अगदी बालकासारखा होता. विचार न करता असंतुष्टपणे तो तिच्याशी वागत असे. कमलेने त्याला एक मूलभूत गोष्ट शिकवली होती आणि ती म्हणजे, दुसऱ्याला सुख दिल्याशिवाय आपल्याला ते मिळत नाही. आपली प्रत्येक मुद्रा, हावभाव, स्पर्श, पाहणे, शरीराची प्रत्येक संवेदना या सगळ्यांना अपार महत्व असते. प्रत्येकात स्वत:चे असे गुपित दडलेले असते आणि त्यातून सुख देता-घेता येते. कमलेने सिद्धार्थला आणखीन एक महत्वाची गोष्ट शिकवली होती आणि ती म्हणजे, देहोत्सव साजरा केल्यानंतर प्रेमिकांनी एकमेकांपासून लगेचच दूर जाऊ नये. एकमेकांचे कौतुक करावे. अन्यथा आपल्या प्रेमिकाला आपला कंटाळा येऊ शकतो. इतकेच नव्हे तर, आपला केवळ वस्तूप्रमाणे वापर केला जातो आहे, अशी घातक भावना तिच्या मनात मूळ धरू लागते. या खेळात जिंकणे आणि हरणे, या दोन्ही गोष्टी तितक्याच महत्वाच्या असतात आणि त्या एकाच वेळी घडत असतात. एकूणच, कमला आपल्या कलेत निपुण होती. सिद्धार्थ तिच्या संगतीत मोठ्या सुखाने प्रत्येक घटका व्यतीत करू लागला. तो तिचा विद्यार्थी, प्रेमिक आणि मित्र बनला. सिद्धार्थच्या आत्ताच्या आयुष्याचा उद्देश, कमलेच्या सोबतीने मजेत दिवस घालवणे हेच होते. फळे, मिष्टान्न आणि सुगंधित तेले ही जशी माणसाला सुखावतात तशीच स्त्री पण सुख देणारी एक चीज आहे, याची जाणीव सिद्धार्थला कमलेने करुन दिली.

कामस्वामींबरोबर व्यापार करावा, हा उद्देश मात्र सिद्धार्थकडे कधीच नव्हता. प्रारंभी कामस्वामींनी महत्वाची पत्रे आणि कराराचे कागद लिहिण्याचे सिद्धार्थला दिले. पुढे पुढे व्यवसायातल्या महत्वाच्या गोष्टींबद्दल सिद्धार्थशी चर्चा करण्याची सवय कामस्वामींना लागली. विविध वस्तूंच्या किंमती, वस्तूंची खरेदी-विक्री याबद्दल सिद्धार्थला फारशी

माहिती नसली, तरी त्याचे व्यवसायातले वागणे, चार लोकातील उठणे-बसणे आणि त्यांच्याशी सहज संवाद साधणे, या बाबतीत तो आपल्योपक्षा वरचढ आहे, हे कामस्वामींनी मनोमन ओळखले होते. सिद्धार्थ अतिशय शांतपणे समोरच्या माणसाचे बोलणे ऐकून घेत असे. अगदी अनोळखी माणसांची देखील त्याला चांगली पारख करता येत होती आणि त्याचे कामस्वामींना मोठे कौतुक वाटत असे.

कामस्वामी एकदा आपल्या मित्राला म्हणाले, 'हा तरुण ब्राह्मण व्यापार करायला योग्य नाही आणि पुढेही त्याच्यात तो गुण येईल की नाही, हे सांगता येणे कठीण आहे. कारण तो जेव्हा या व्यवसायाशी संबंधित काही काम करतो, तेव्हा त्याबद्दल त्याच्या मनात काही उत्कटता, प्रेम असेल असे वाटत नाही. परंतु काही नशीबवान लोक असतात, ज्यांना हाती घेतलेल्या कार्यात यश मिळतेच, त्यापैकी सिद्धार्थ एक असावा, असे मला राहून राहून वाटते. किंवा त्याने साधूंबरोबर राहत असताना, काहीतरी जादू शिकून घेतली असेल, ज्यामुळे त्याला या व्यवसायात यश मिळत असावे! धंद्यातल्या व्यवहारांशी तो फक्त खेळत असतो, असे मला वाटते. त्याच्या अंगात व्यवसाय भिनलेला दिसत नाही. एकूणच, व्यवसाय करण्याची इच्छा त्याच्यावर स्वार झालेली मला कधी दिसली नाही. मुख्य म्हणजे, त्याला अपयशाची भीती वाटत नाही आणि नुकसान झाले तरी त्याने तो अस्वस्थ होत नाही.'

त्यावर कामस्वामींचा मित्र त्यांना म्हणाला, 'कामस्वामी, तू झालेल्या व्यवसायात जो काही फायदा होईल, त्यातला एक तृतीशांश भाग तू त्याला दे आणि जर तोटा आला, तर तेवढ्याच म्हणजे एक तृतीयांश तोट्याची जबाबदारी त्याला घ्यायला दे. म्हणजे मग आपला व्यवसाय करण्यात त्याला उत्साह वाटेल.'

हा सल्ला कामस्वामींना पटला आणि त्यांनी तो त्वरित अंमलातही

आणला. पण सिद्धार्थला त्यामुळे काहीच फरक पडला नाही. फायदा झाला, तरी त्याचे मन कधी उचंबळून आले नाही. तोटा झाला, तर तो हसून म्हणायचा, 'कामस्वामी, यात काहीतरी बिनसलेलं दिसते आहे.'

एकूणच, एखाद्या स्थितप्रज्ञासारखा फलासंबंधी कोणताही विचार न करता व्यवसाय करण्याची सिद्धार्थला सवयच लागली होती. कदाचित मुळातल्या विरक्तीमळे असेल!

एकदा तो एका गावात तांदूळ विकत घ्यायला गेला. पण तेथे पोचल्यावर त्याला कळले की तो सगळा तांदूळ दुसऱ्या व्यापाऱ्याने आधीच विकत घेतलेला आहे. सिद्धार्थ तेथे काही दिवस राहिला. त्याने तेथील शेतकऱ्यांना भेटवस्तू वाटल्या, लहान मुलांना खाऊ दिला. इतकेच नव्हे तर त्याने तेथील लग्नसमारंभातही भाग घेतला. गंमत म्हणजे, या साऱ्या प्रवासाला त्याने चक्क सहलीचे रुप दिले. परत आल्यानंतर कामस्वामींना जेव्हा हे सगळे समजले, तेव्हा ते त्याच्यावर खूप चिडले. पैसा व वेळ या दोन्ही गोष्टी वाया घातल्याबद्दल त्याने सिद्धार्थला बरेच बोल लावले.

कामस्वामींचे बोलणे सिद्धार्थने शांतपणे ऐकून घेतले आणि एके क्षणी तो त्यांना म्हणाला,'हे पहा, तुम्ही चिडू नका! आरडाओरड करुन किंवा चिडून काहीच साध्य होणार नाही. तुमचे जे काही नुकसान झाले आहे, ते मी भरुन देईन. पण ह्या सगळ्या प्रवासाबद्दल, माझ्या कृतींबद्दल मी मात्र अतिशय समाधानी आहे. या प्रवासाच्या निमित्ताने माझ्या बऱ्याच लोकांशी नव्याने ओळखी झाल्या. त्यांच्या मुलांनी माझ्याकडून खूप कौतुक करुन घेतलं. तेथल्या शेतकऱ्यांनी मला त्यांची शेतीही दाखवली.'

त्यावर संतापून कामस्वामी त्याला म्हणाले, 'तू व्यापारी आहेस, हे तू कसा काय विसरू शकतोस? तू काय फक्त मौजमजेसाठी प्रवासाला गेला होतास का?'

त्यावर हसत हसत सिद्धार्थ कामस्वामींना म्हणाला, 'हो. माझ्या

दृष्टीने ती एक सहलच होती आणि ती अतिशय मजेत, अगदी गंमत म्हणून मी केली. मला एक नवीन गाव पाहायला मिळालं. मला खूप नवनवीन माणसे भेटली. माझी त्या सगळ्यांशी चांगली मैत्री झाली. मुख्य म्हणजे, ते सगळे माझ्याशी मोठ्या प्रेमाने आणि विश्वासाने वागले. मी जर कामस्वामी असतो, तर मी तांदूळ मिळाले नाहीत, म्हणून चडफडत लगेच परत फिरलो असतो. तेव्हाही माझा वेळ आणि पैसा वाया गेलाच असता! पण तेथे राहिल्याने मला काही दिवस आनंदात घालवता आले. मी काही नव्या गोष्टी शिकलो. मला नक्की खात्री आहे की, पुढल्या वेळेला मी जेव्हा त्याच गावात जाईन, तेव्हा तेथील लोक माझं मोठ्या प्रेमाने स्वागत करतील आणि मग या वर्षीपेक्षा, पुढल्या वर्षी माझा दुप्पट व्यवसाय होईल. तेव्हा कामस्वामी, तुम्ही त्रागा करुन स्वत:ला अधिक त्रास करुन घेऊ नका! कोणत्याही क्षणी तुम्हाला जर असे वाटले की, माझ्यामुळे तुम्हाला त्रास होतो आहे, तर तसे मला सांगा. मी तत्काळ येथून निघून जाईन. पण जोपर्यंत आपण एकत्र काम करतो आहोत, तो पर्यंत मोठ्या सलोख्याने व संवादशीलतेने आपण काम करु या! '

कामस्वामींनी सिद्धार्थला खूप समजवण्याचा प्रयत्न केला, पण तो व्यर्थ ठरला. सिद्धार्थची विचार करण्याची पद्धत व्यापारी वृत्तीच्या कामस्वामींपेक्षा कितीतरी पटीने वेगळी होती. तो स्वतंत्र विचारांचा होता. मुख्य म्हणजे तो कामस्वामींवर मुळीच अवलंबून नव्हता!

एकदा कामस्वामी चिडून त्याला म्हणाले, 'आज तू जो काही आहेस, तो केवळ माझ्यामुळेच आहेस. सुरवातीला तुला व्यवसायातले काहीही म्हणजे काहीही कळत नव्हते. मी तुला साऱ्या गोष्टी शिकवल्या आहेत, हे तू विसरू नकोस!'

त्यावर हसत हसत सिद्धार्थ, कामस्वामींना म्हणाला, 'मी फक्त तुमच्याकडून वस्तूंचे बाजारभाव आणि कर्जावर लावायचे व्याज, या

संबंधी माहिती घेतली. पण विचार कसा करायचा, हे मात्र मी तुमच्याकडून कधी शिकलो नाही. उलट, योग्य विचार, योग्य ठिकाणी करण्याची कला तुम्ही माझ्याकडून शिकली पाहिजे.'

कामस्वामींना सिद्धार्थचा सद्भाव-चांगुलपणा हे दुबळेपणाचे लक्षण वाटत होते. तेव्हा सिद्धार्थने त्यांना समजावले, 'कामस्वामी, सद्भाव, चांगुलपणा हा कधीच दुबळेपणा नसतो, काही लोकांना तसा तो वाटतो. पण तसे ते नसते. हृदयाची सहज सद्गुणमयता व साधेपणा, इतरांविषयी कमालीची आस्था, जिव्हाळा ह्यात खरे सामर्थ्य असते. यातही हृदयाच्या साधेपणाला अधिक महत्व व अधिक अर्थगर्भता आहे. खरा सद्गुण हा हृदयाचा असतो, मनाचा नसतो. दुसरं असं कामस्वामी, प्रेम ही सर्वात व्यवहार्य गोष्ट आहे. प्रेम करणं, दयाळू असणं, लोभीपणा न करणं, स्वार्थी-महत्वाकांक्षी नसणं, लोकांमुळे प्रभावित न होता स्वत: विचार करणं, फायद्या-तोट्याच्या पलीकडे जाण्याचा प्रयत्न करणं - या सर्व गोष्टी अगदी व्यवहार्य आहेत. त्यामुळे व्यवहार्य, सुखी समाज आकाराला येईल. प्रेम करणं हे व्यवहार्य आचरण आहे कामस्वामी!'

सतत असमाधानी राहणाऱ्या आणि फक्त नफ्याचाच विचार करणाऱ्या कामस्वामींना हे पटणंच शक्य नव्हतं! एके दिवशी सिद्धार्थ त्यांना म्हणाला, 'समाधान ही वस्तू सर्वस्वी आगळी वेगळी असते. समाधानी असणं हे अतिशय कठीण असतं. कारण समाधान कुठल्यातरी गुप्तस्थानी शोधून सापडण्यासारखं नसतं. सुखाच्या जसे पाठीमागे लागता येतं, तसं समाधानाच्या पाठीमागे लागणं शक्य नसतं. समाधानाचा पाठलाग म्हणजे आपल्या अभिलाषापूर्तींचा पाठलाग करणंच असतं.'

सिद्धार्थचा जीव त्या व्यापारधंद्यात अजिबात नव्हता. त्याला धंद्याची आवश्यकता फक्त कमलेकडे जाण्यासाठी लागणारा पैसा मिळवण्यापुरतीच

होती. यातही त्याला मिळणारा पैसा त्याहून बराच जास्त होता. सिद्धार्थला रस होता, तो सर्वसामान्य माणसांमध्ये. लोकांचा व्यवसाय, सतत काही ना काही संपादन करण्याची त्यांची धडपड, ते करत असलेला मूर्खपणा, यापासून सिद्धार्थचे मन फार दूर असे. परंतु एक मात्र खरे की, सगळ्या स्तरातल्या माणसांशी तो सहजपणे संवाद साधू शकत असे, त्यांच्याबरोबर राहू शकत असे! प्रत्येकाकडून, अगदी प्रत्येकाकडून नवनवीन गोष्टी शिकण्याची आस सिद्धार्थकडे होती. परंतु हे सगळे करीत असताना, त्याच्या मनात एक विचार कायम जागा असे आणि तो म्हणजे, आपण या सर्वांपासून अनेकार्थांनी वेगळे आहोत. आपला हा वेगळेपणा आपल्या आतल्या साधुत्वामुळे, विरक्त वृत्तीमुळे आहे, हे त्याला माहित होते. अवतीभोवतीचे सगळे लोक कसा पोरकटपणा करीत आहेत, म्हणजेच विचार न करता रोजचा दिवस कसा ढकलत आहेत, हे पाहून त्याला कमालीचे आश्चर्य वाटत असे. ते सगळे लोक साध्या जगण्यासाठीही खूप श्रम करतात, हाल सोसतात, हे सिद्धार्थ जवळून पाहत होता. त्याच्या मते, एवढे हाल सोसून देखील (त्या मानाने) त्यांना मिळणारा मोबदला फारच क्षुल्लक आहे. थोडाफार पैसा, थोडाफार मानमरातब एवढ्याच गोष्टी त्यांना प्राप्त होत आहेत आणि त्यासाठीच ते उरापोटी धावत आहेत.

सिद्धार्थकडे सगळ्यांनाच मुक्तद्वार होते. वस्त्रे विकण्यासाठी आलेला व्यापारी, अधिक कर्ज मागण्यासाठी आलेला कर्जदार, स्वतःच्या गरिबीचे रडगाणे ऐकवायला आलेला एखादा भिकारी, या साऱ्यांचे सिद्धार्थाकडे स्वागतच व्हायचे! मुख्य म्हणजे या सर्वांना सिद्धार्थ सारखीच वागणूक द्यायचा! परगावाहून आलेला एखादा श्रीमंत व्यापारी, रोज त्याची हजामत करणारा न्हावी आणि वस्तू विकत घेताना फसवणारा एखादा चतुर विक्रेता, या सगळ्यांशी सिद्धार्थ सारख्याच आपलेपणाने वागत असे. कधीतरी कामस्वामी त्याच्याकडे आपल्या चिंता सांगण्यासाठी येत किंवा सिद्धार्थमुळे धंद्यात आपल्याला कसा त्रास सोसावा लागला, याचे रडगाणे

त्याला ऐकवत! या प्रसंगी देखील सिद्धार्थ कामस्वामींचे बोलणे सारख्याच उत्सुकतेने ऐकायचा. सिद्धार्थकडे येणारी बरीच मंडळी होती. काहीजण व्यवसायाच्या निमित्ताने येत, काहीजण त्याची सहानुभूती मिळवण्यासाठी येत, तर काहीजण त्याचा सल्ला घेण्यासाठी येत. तो लोकांना आपल्या परीने सल्ला द्यायचा! कोणाबद्दल त्याला विलक्षण सहानुभूती वाटायची. काहीजण त्याला भेटवस्तू देत, काहींकडून तो मुद्दाम फसवून घेई. हा सगळा खेळ, व्यवसाय लोक ज्या उमेदीने व उत्कटतने खेळतात, याचे तो मोठ्या कुतूहलाने निरीक्षण करायचा!

रोजच्या जगण्याच्या प्रवाहात सिद्धार्थचे अंतर्मन मधूनच जागे व्हायचे! त्याच्या मनात यायचे, मी हे कुठल्या प्रकारचे आयुष्य जगतो आहे. खेळ म्हणून का होईना, मी ज्या गोष्टी करतो आहे, त्याच्यामुळे मला आनंद होतो आहे? सुख वाटते आहे? माझे खरे आयुष्य तर वेगाने, मला स्पर्शही न करता, दोन्ही बाजूंनी वाहून निसटून चाललेले आहे. मधूनच त्याच्यातली विरागी वृत्ती उफाळून वर यायची. मग तो बराच वेळ नुसताच बसून रहायचा! एके क्षणी त्याला वाटले की, आपल्यातले चैतन्य आपल्यापासून दूर जात चालले आहे. जणू काही त्या चैतन्याला ह्या जीवाशी काही घेणे-देणेच नसावे! अशा एक ना अनेक विचारांनी सिद्धार्थ खूपच अस्वस्थ व्हायचा! मग त्याला कोणाशीच बोलावसे वाटायचे नाही. मग तो एकांताला जवळ करायचा! कधी कधी तो ध्यानाला बसायचा!

काहीही झाले तरी सिद्धार्थ ठरल्या वेळी कमलेकडे जायचा! तेथे तिच्याबरोबर प्रणयाचे धडे गिरवत आपल्या वासनेचे चोचले पुरवायचा! तिथे घेणे आणि देणे एकच होऊन जायचे! तेथे बसून तो तिच्याबरोबर तास न तास बोलत बसायचा! सिद्धार्थने तिच्याकडून अनेक गोष्टी शिकल्या! गोविंदापेक्षा कमला आपल्याला अधिक ओळखते, असे सिद्धार्थला वाटायचे. इतकेच नव्हे तर तिच्यात आणि आपल्यात बरेच साम्य

असल्याचेही त्याला कधी कधी जाणवत असे!

बोलता बोलता एकदा तो तिला म्हणाला, 'तू इतरांपेक्षा खूप वेगळी आहेस कमल! कधी कधी तू मला माझ्यासारखीच भासतेस. तू फक्त कमला आहेस. आणखी काही नाही. तुझ्या आतमध्ये, तुझं एक विसाव्याचं ठिकाण आहे. तासभर झाला की तू तेथे जाऊन बसतेस. तेथे जाऊन बसलं की तुला शांत वाटतं, आपल्या स्वतःच्या घरी यावं तसं! हे असं मी सुद्धा करतो. फारच थोड्या लोकांकडे ते ठिकाण असतं. खरंतर ते प्रत्येकाकडे असू शकतं!'

'तुला खरंच असं वाटतं!'

'हो. कामस्वामींकडे त्यांचे असे आतलं ठिकाण नाहीये. म्हणूनच ते सदैव अस्वस्थ व अधांतरी असतात. कमल बरेच लोक झाडावरुन सुटून खाली पडणाऱ्या पानासारखे असतात. ते पान वाऱ्यावर हेलकावे खात कुठेतरी उडत जातं आणि शेवटी खाली पडतं. काही ताऱ्यांप्रामणे असतात. ते त्यांच्या ठरलेल्या मार्गाने जातात. त्यांचे नियम, मार्ग ते स्वतःच ठरवतात. मला आत्ता याक्षणी त्या प्रज्ञावंताची, गौतम बुद्धाची खूप आठवण येते आहे. तो महात्मा जीवनमुक्तावस्थेत, कालमुक्ततेत जगतो आहे. रोजच्या रोज हजारो लोक त्याच्याकडून बोध घेतात. आपलं आयुष्य त्याच्या उपदेशाप्रमाणं घालवतात.'

त्याचे ते बालणे ऐकून कमला त्याला म्हणाली, 'तू बुद्धाबद्दल बोलायला लागलास की मला खूप भीती वाटते. तुझ्यातल्या साधूला पुन्हा जाग येईल की काय असं वाटतं!'

सिद्धार्थने तिला मोठ्या आवेगाने आपल्या जवळ ओढले आणि तिचे दीर्घ चुंबन घेतले. नंतर ती त्याच्याबरोबरच्या संवादात सहजपणे रंगून गेली. त्या संवादात तिच्या स्वीकाराचे, नकाराचे, मोहाचे, आग्रहाचे बरेच विभ्रम त्याला अनुभवायला मिळाले. अखेरीस थकून तो तिच्या बाजूला झोपलला असताना ती त्याला म्हणाली, 'तुझ्यासारखा पुरुष मी आजवर

अनुभवलेला नाही. तू माझी कला पूर्णपणे आत्मसात केली आहेस. नंतर कधीतरी माझं वय थोडं वाढल्यावर मला तुझ्यापासून एक मूल हवं आहे. पण तू अजून साधूच आहेस. तू माझ्यावर प्रेम करीत नाहीस, तसंच तू दुसऱ्या कोणा व्यक्तीवर प्रेम करीत असशील, असं मला वाटत नाही.'

'कुणास ठाऊक! कदाचित तसंही असेल! आपण दोघंही सारखेच आहोत कमला! नाहीतर तू प्रेम व्यवसायासारखं केलं नसतंस! कदाचित आपल्यासारखी माणसं कोणावरच प्रेम करू शकत नसतील!'

सिद्धार्थचे ते उद्‌गार ऐकून कमला त्याच्याकडे मोठ्या आश्चर्यानं पहातच राहिली.

****

७

संसार

जगाच्या गुंत्यात राहून प्रपंचाचे आणि वासनेचे तडाखे खात आयुष्य व्यथित करायला सिद्धार्थने प्रारंभ केला. खरे तर, त्याला आता बराच काळ लोटला होता. तरी तो त्यात मनाने अडकलेला नव्हता. अरण्यात संन्यस्त जीवन जगताना, ज्या संवेदना त्याने मुद्दाम जाळून टाकल्या होत्या, त्या पुन्हा आकार घेऊ लागल्या. श्रीमंती, वासना, पैशामुळे मिळणारी ताकद या सर्वांचा पुरेपुर अनुभव तो घेत होता. हे सगळे असले तरी अंतर्यामी अजूनही तो एक विरक्त साधूच होता आणि हे कमलेने अचूकपणे ओळखले होते. अजून तरी त्याच्यातल्या विचार करणे, वाट पाहणे आणि उपवास करू शकणे, या अजोड क्षमताच त्याच्या आयुष्याचा रथ हाकत होत्या. त्यामुळे या प्रपंचाच्या जंजाळात अडकलेले लोक त्याच्यासाठी तरी परकेच होते.

अशी बरीच वर्षे गेली. सुखासीन आयुष्य जगत असताना सिद्धार्थला त्याचे घरंगळत जाणे जाणवलेच नाही. तो आता चांगलाच श्रीमंत झाला होता. नगराबाहेर नदीच्या काठी त्याचे स्वतःचे असे उद्यान, मोठे घर

घेतले. त्या घरात, त्याच्या दिमतीला भरपूर नोकरचाकर होते. लोकांना तो आवडत असे. त्यांना पैशाची नड असली किंवा कोणत्या बाबतीत सल्ला हवा असला, तर ते त्याच्याकडे येत असत! असे असले तरी त्याच्या खास जवळचे असे कोणीच नव्हते. ते स्थान फक्त कमलेचेच!

जागृतीची एक झळझळीत उच्चावस्था, त्याने तारुण्याच्या शिखरावर असताना आणि गौतम बुद्धाच्या प्रवचनानंतर अनुभवली होती. ती फक्त एकट्यानेच. तेही कोणत्याही गुरुशिवाय, त्याच्या उपदेशाशिवाय. केवळ आपल्या अनुभवाच्या आणि विचाराच्या बळावर सत्याचा शोध घेण्याची ती ऊर्मी, आपल्या अंतर्मनात उठणाऱ्या नानाविध तरंगांचा वेध घेत जगण्याची अतीव इच्छा, बदलत्या कालप्रवाहात मात्र हळूहळू कमी होऊ लागली. ज्या दैवी जाणिवांचा त्याच्या मनात गुंजारव सुरू असे, त्याचे त्याच्या मनातील अस्तित्व आता अगदी फिकट होऊ लागले. असे असले तरी त्याने अरण्यात साधूंच्या संगतीत जे विचारधन कमावले होते, गौतम बुद्धाने त्याला जे सांगितले होते, त्याच्या वडिलांनी त्याला जे काही शिकवले होते, ते सारे त्याच्या आत अजूनपर्यंत तग धरुन होते. नेमस्तपणे जगणे, विचारांचा आनंद, ध्यानात गेलेला काळ, स्वत:च्या शाश्वत अस्तित्वाची जाणीव-जे अस्तित्व म्हणजे शरीर नाही, हे सगळे अजून तरी त्याचा एक भाग होते. पण यातला एकेक चिरा काळ जाईल, तसा ढासळत चाललेला होता. कुंभाराच्या चाकाला एकदा गती दिल्यानंतर ते बराच काळ फिरत राहते, पण हळूहळू त्याची गती कमी होऊन ते फिरायचे थांबते. तद्वत सिद्धार्थच्या आत्म्याने त्या विरक्तपणाचे, विचारांचे चाक एकदा गतिमान करुन सोडून दिले होते. त्याची गती कायम राखण्याचे काम, सिद्धार्थने न केल्याने आता तो इतर प्रापंचिकासारखा आपल्या संसारात पार गुरफटून गेला. मरायला टेकलेल्या झाडाच्या खोडात बाष्प जमा होत गेले की त्याला जशी कीड लागते, त्याचप्रमाणे या जगातला आळस, निष्क्रियता, तीव्रतम वासना-कामना सिद्धार्थच्या आत्म्यात

शिरली होती आणि त्यांनी त्याला पार सुस्त करुन टाकले होते. दुसऱ्या बाजूला त्याच्या पंचेंद्रियांच्या संवेदना चांगल्या तल्लख झाल्या होत्या. त्यांना आलेल्या अनुभवातून सिद्धार्थने बरेच काही संपादन केले होते.

व्यापार करणे, आपले सामर्थ्य वापरुन लोकांकडून काम करुन घेणे, यथेच्छ स्त्रीसुख उपभोगणे, चांगले भपकेबाज कपडे वापरणे, इंद्रियांना सुखावणाऱ्या द्रव्यांचा वापर करणे... अशा एक ना अनेक गोष्टीत सिद्धार्थ चांगलाच सरावलेला होता. चांगलेचुंगले, नीट शिजवलेले व गोडधोड अन्न, मांसाहार यासारख्या बुद्धी आणि शरीराला मंदपणा आणणाऱ्या आहाराची त्याला चांगलीच सवय झाली होती. जुगार खेळणे, मद्यपान करणे, स्त्रियांचे नाच पाहणे, पालखीतून हिंडणे, मऊ अंथरुणावर निजणे, या साऱ्या गोष्टी त्याच्या जीवनशैलीचा एक अविभाज्य भाग झाल्या होत्या. असे असूनही तो स्वत:ला इतरांपेक्षा वेगळा समजत असे. आजूबाजूच्या लोकांच्या जगण्याच्या व बोलण्याच्या पद्धतीची तो नेहमीच टिंगल करीत असे. स्वत:ला साधू-महंत म्हणवणारे लोक प्रापंचिकांना तुच्छ लेखतात, तसेच सिद्धार्थही आता समजायला लागला.

आपल्या शरीराला काही रोग झाला, तर आपण लगेच त्याची काळजी घेतो. वास्तविक त्या शरीरात आपण रहातो. आपले मन शरीराहून अधिक आपल्या जवळ असते. शोक, चिंता, भय आणि मोह यांनी सिद्धार्थच्या मनाची प्रकृती पार बिघडवून टाकली होती.

कामस्वामी आजारी असताना, ते चिडलेले असताना सिद्धार्थ त्यांच्याकडे अगदी चेष्टेच्या नजरेने पहायचा! अलीकडे तर व्यापारातल्या काही घटनांमुळे, तोट्यांमुळे सिद्धार्थ चिंतेने पार पोखरल्यागत होऊन गेला होता. सांपत्तिक स्थिती सुधारू लागल्यावर सिद्धार्थ इतरांप्रमाणे भयग्रस्त होऊ लागला. इतरांप्रमाणेच त्याच्या मनात ईर्षा-द्वेष, मत्सरादी भावना

निर्माण होऊ लागल्या होत्या. ही ईर्षा निर्माण होऊ लागल्याचे प्रमुख कारण म्हणजे इतर सर्व जण काही बाबतीत त्याच्याहून वरचढ असल्याचे त्याला अलीकडे प्रकर्षाने जाणवायला लागले.

सिद्धार्थच्या भोवतीचे लोक त्यांच्या रोजच्या जगण्याला, इच्छा-आकांक्षाना अपार महत्व देत होते. त्या प्रापंचिकांचा आनंद आणि त्यांना वाटणारे भय या दोन्हीतली उत्कटता सिद्धार्थला दिसत होती. ते लोक स्वतःवर व आपल्या बायकामुलांवर प्रेम करीत! स्वतःला मिळणारा मान-प्रतिष्ठा व पैसा यात ते भरपूर रस घेत होते. आपल्या पुढील आयुष्याबद्दल ते योजना आखत. त्याबद्दल त्यांच्या मनात तीव्रतम ओढ व आशा होती. सिद्धार्थ मात्र या गोष्टी त्यांच्याकडून शिकला नाही. त्याच्या मते हा त्यांचा पोरकटपणा-मूर्खपणा होता. अवतीभोवतीच्या लोकांनी साठवलेल्या सगळ्या दुःखदायक गोष्टींना सिद्धार्थ अगदी तुच्छ लेखत असे. रात्री-अपरात्री स्त्री बरोबर एकशय्या केल्यानंतर सिद्धार्थ सकाळी गादीत नुसता लोळत पडून रहायचा! त्याला अतिशय थकवा जाणवायचा! मग कुठलाच विचार करण्याची क्षमता त्याच्यात उरायची नाही.

एक दिवस कामस्वामींनी त्यांची एक चिंता त्याच्यापुढे बोलून दाखवली. कामस्वामींना त्याच्याकडून मोठ्या सहानुभूतीची व सल्याची आवश्यकता होती. पण सिद्धार्थने त्यांना अगदी तुच्छतेची वागणूक दिली. एक दिवस सिद्धार्थ कामस्वामींवर खूपच चिडला. इतकेच नव्हे तर त्यानी कामस्वामींचा सर्वांच्या देखत पाणउतारा केला. जुगारात एखादा डाव हरल्यानंतर सिद्धार्थ विलक्षण अस्वस्थ व्हायचा! पण वरकरणी काहीच झाले नाही, असा तो आव आणायचा! सिद्धार्थच्या चेहऱ्यावरची चलाखी त्याच्याबरोबर व्यवहार करणाऱ्या लोकांच्या लक्षात यायची. एकूणच, श्रीमंत माणसाच्या चेहऱ्यावर बऱ्याचदा दिसणारे असमाधान, अनारोग्य, चिडचिडेपणा, आळस, इतरांबद्दल तुच्छतेचा भाव ही सारी लक्षणे सिद्धार्थच्या अंगात पुरेपूर मुरली होती. बऱ्याच श्रीमंत व्यक्तींना त्रास देणारे

आत्म्याचे आजारपण आता त्याच्याही वाट्याला आले होते.

विरळ असे धुके असावे किंवा झिरझिरीत पडदा असावा, तसा एक प्रकारचा थकलेपणा सिद्धार्थच्या चेहऱ्यावर उमटू लागला. हा पडदा दिवसागणिक गडद होऊ लागला. महिन्यागणिक सिद्धार्थचा चेहरा अधिकाधिक गढूळ काळपट दिसू लागला. जसजशी वर्षे उलटू लागली, तसतसा हा गढूळपणा अधिकाधिक दाट, घट्ट होऊ लागला. एखादे नवीन वस्त्र काही काळाने जसे जुने दिसू लागते, त्याची रया जाते आणि अखेरीस ते विरते, त्याला चुण्या पडतात, ते शिवणीवर उसवते, पुढे त्याला जागोजागी भोके पडलेली दिसू लागतात, तसे सिद्धार्थच्या वर्तमान आयुष्याचे झाले होते. सुरुवातीला छान, आनंदाचे दिसणारे सिद्धार्थचे नवे आयुष्य आता मात्र अगदी नीरस, कंटाळवाणे होऊन गेले होते. त्या आयुष्यातली कुरुपता आता त्याच्या चांगलीच अंगावर येऊ लागली होती. असेच जर सुरू राहिले तर... ? एके क्षणी या प्रवाहात सिद्धार्थला जाणवले की, वेळोवेळी आपल्याला मार्गदर्शन करणारा आणि ज्याच्या विश्वासावर आपण आजवरचे आयुष्य नीट घालवू शकलो, तो आपला आतला आवाज आता पार निद्रावस्थेत गेलेला आहे.

ह्या जगातल्या व्यवहारांनी, विविध इच्छा, लोभ, मत्सर, आळस आणि स्वार्थ यांनी सिद्धार्थच्या मानेवरची आपली पकड अधिक घट्ट केली होती. जमीनजुमला, इतर स्थावर-जंगम मालमत्ता आणि पैसा यांनी देखील त्याला पार जेरबंद करुन टाकले होते. रोजच्या दिवसातले सारे व्यवहार पूर्वी सहजपणे एखाद्या कौशल्यपूर्ण खेळाडूप्रमाणे सिद्धार्थ करीत असे. पण आता मात्र त्या साऱ्या गोष्टींतला खेळ संपला होता.

जेव्हा सिद्धार्थने पैसा मिळविण्यासाठी जुगार खेळायला सुरवात केली, तेव्हा हे सगळे सुरू झाले. यानंतर त्याच्या मनातल्या साधुत्वाने काढता

पाय घेतला. सुरुवातीला त्याने हा खेळ ओळखीच्या लोकांबरोबर गंमत म्हणून खेळायला सुरुवात केली. परंतु काही काळाने तो हा जुगाराचा खेळ कमालीच्या ईर्ष्येने, जीव ओतून आणि मोठ्या आवेशाने खेळू लागला. लोक त्याच्याशी जुगार खेळायला घाबरत असत. कारण तो मोठ्या रक्कमांचे, महागड्या वस्तूंचे पण लावून खेळत असे. ज्या पैशाला तो आजवर निंदनीय म्हणत आला होता, त्याच पैशाचा आपण आता साठा करतो आहोत, याची ठसठस त्याच्या मनाला त्रस्त करीत होती. त्यावर मात करण्याचा उतारा म्हणून, मिळवलेला पैसा तो अधिकाधिक प्रमाणात उधळून त्यातला आसुरी आनंद घेण्याचा प्रयत्न करू लागला. पैशाविषयीचा मनातील तिरस्कार दाखवण्याची त्याने ही एक नवी पद्धत आत्मसात केली होती. कधी कधी त्याला स्वत:चाच तिरस्कार वाटायचा. मग त्या तिरस्कृत भावनेत तो अधिकाधिक पैसे पणाला लावून जुगार खेळायचा! एके दिवशी तो प्रचंड पैसे, दागदागिने, आपले राहते घर असे सारे काही तो हरला. पण पुन्हा काही दिवसातच त्याने ते सारे जिंकून घेतले, पण पुन्हा काही दिवसातच तेही गमावले. फासे टाकताना त्याला भयंकर, थिजवून टाकणारी भीती वाटत असे. आपण पणाला लावलेले सारे धन आपण आता हरलो तर? त्याला हरण्याची जेवढी अधिक भीती वाटायची तितका अधिक मोठा पण तो जुगारात लावायचा. या निमित्ताने आपल्या नीरस, कंटाळवाण्या आयुष्यात काहीतरी थरार निर्माण करण्याचा त्याचा तो केविलवाणा प्रयत्न होता.

जुगारात खूप नुकसान होण्याच्या प्रत्येक प्रसंगानंतर अधिक पैसा मिळवण्याकडे तो आता लक्ष केंद्रित करू लागला. जीवतोड मेहनत करुन आपला धंदा वाढवायचा, एवढे एकच ध्येय त्याने उराशी बाळगले होते. ऋणकोंवर अधिक दबाव टाकून, तो अधिकाधिक वसुली जबरदस्तीने करायचा. त्यातून त्याला स्वत:च्या कृत्याची लाज वाटायची. त्या लज्जेवर मात करण्यासाठी तो पुन्हा जुगार खेळायचा. आपण पैशाचा तिरस्कार

करतो आहोत, असे त्याला लोकांना दाखवायचे होते.

जुगारात झालेले नुकसान पाहून अलीकडे सिद्धार्थचा तोल जाऊ लागला. भिकाऱ्याशी प्रेमाने वागणे, सहजपणे दुसऱ्याला काही तरी देणे, कोणी याचना केल्यास त्याला कर्ज देणे, हे त्याच्या हातून पूर्वी सहजपणे घडत होते. ते मात्र आता घडेनासे झाले. जुगाराच्या एका डावावर हजारोंनी द्रव्य खर्च करुन ते हसण्यावारी नेणारा सिद्धार्थ त्याच्या धंद्याच्या बाबतीत दिवसेंदिवस अधिकाधिक कठोर होत होता. लहानसहान बाबतीत त्याच्या मनाचा क्षुल्लकपणा लोकांना दिसायचा. पुढे पुढे तर त्याला झोपेत पैशाची स्वप्ने पडू लागली.

एके दिवशी सिद्धार्थने आपला चेहरा आकाशात पहायला. तेव्हा आपण आता वयस्कर आणि कुरुप दिसायला लागलेले आहोत, असे त्याला जाणवले. त्याने सहन न होऊन आवेगाने स्वतःचेच तोंड आपल्या हाताने झाकून घेतले. त्याला रडू कोसळले. पण काही क्षणातच तो शांत झाला. या साऱ्यांपासून दूर पळण्यासाठी तो पुन्हा जुगार खेळायला जाऊ लागला. कामक्रीडा, मद्यपान यांनी आपले मन जेवढे बधीर करता येईल, तेवढे तो करायचा! मध्यरात्री घरी परतल्यावर तो अगदी थकून जायचा!

एकदा तो संध्याकाळी कमलेला भेटायला गेला. झाडाच्या बुंध्याशी बसून त्याने तिच्याशी गप्पा मारल्या. बोलताना कमलेच्या आवाजात दुःख आणि थकलेपणा त्याला जाणवला. तिने सिद्धार्थला गौतमाबद्दल काही प्रश्न विचारले. तेव्हा सिद्धार्थने गौतमाबद्दल खूप काही सांगितले. पण ते सारे ऐकताना तिचे समाधान काही केल्या होत नव्हते. गौतम बुद्ध कसा दिसतो, त्याचे डोळे कसे शांत, पण तेजस्वी आहेत, हे सारे ती सिद्धार्थला

पुन:पुन्हा विचारत होती.

अखेरीस एके क्षणी कमला त्याला म्हणाली, 'बहुधा लवकरच मी बुद्धाच्या संघात सामील होईन म्हणते. हे माझे उपवन मी त्याला आणि त्याच्या भिक्षूंना अर्पण करीन आणि त्याच्या आश्रयाला जाईन.' बोलणे संपल्यावर तिने सिद्धार्थला बाहुपाशात घेऊन स्वत:ला त्याच्यात विसर्जित केले. पण यावेळी तिच्या उत्साहात दु:ख लपलेले होते, हे सिद्धार्थला तिच्या अश्रूंनी सांगितले. या प्रसंगानंतर वासना ही मृत्यूच्या किती जवळ असते, ते सिद्धार्थला प्रकर्षाने जाणवले. आजवर कधीही न जाणवलेली गोष्ट कमलेच्या चेहऱ्याकडे पाहताना सिद्धार्थला जाणवली. तिच्या चेहऱ्यावर सुरकुत्या दिसू लागल्या होत्या. वयाचे हे लक्षण सिद्धार्थने स्वत:च्या चेहऱ्यावर यापूर्वीच पाहिले होते. आयुष्याच्या वाटचालीने आलेला थकवा कमलेच्या चेहऱ्यावर स्पष्टपणे त्याला वाचता येत होता. कमलेच्या या प्रवासाचा शेवट काही चांगला होणार नव्हता.

ती रात्र सिद्धार्थने आपल्या घरी मुलींचे नाच पाहण्यात आणि दारू पिण्यात घालवली. आपण त्या सगळ्यांपेक्षा वेगळे आणि महान आहोत, असे दाखवण्याचा त्याचा रात्रभर प्रयत्न सुरू होता. ते खरे नव्हते. रात्री बरीच दारू पिऊन मध्यरात्रीनंतर त्याने झोपण्याचा प्रयत्न केला. तो अतिशय थकलेला आणि दु:खामुळे काहीसा उत्तेजित झालेला होता. अतिशय निराश झाल्यामुळे त्याला रडू कोसळत होते. त्याने झोपण्याचा खूप प्रयत्न केला पण त्याला झोप काही लागेना. मनातले दु:ख त्यालाा सहन होत नव्हते. या साऱ्या भावना सारे शरीर भेदून आरपार जात आहेत, असे त्याला वाटायला लागले. इतर कशाहीपेक्षा त्याला स्वत:चाच संताप अधिक येत होता. कारण त्याने स्वत:च्या शरीराचे बेसुमार चोचले पुरवले होते. केसांना सुवासिक तेल लावले होते. तोंडातून दारूचा भपकारा येत

होता. हे सगळे देहभोग, त्या सवयी, ते निरर्थक आयुष्य आणि स्वत:बद्दल निर्माण झालेली प्रचंड चीड यांतून पूर्णत: आपण मोकळे झाले पाहिजे, असे त्याच्या अंतर्मनाला वाटू लागले. या विचारात असताना त्या पहाटे कधीतरी त्याला झोप लागली. त्या झोपेत त्याला एक स्वप्न पडले.

कमलेकडे एक अतिशय दुर्मिळ असा एक गाणारा सुंदर पक्षी होता. त्या चिमुकल्या पक्ष्याबद्दल सिद्धार्थला स्वप्न पडले. नेहमी सकाळच्या वेळी गाणारा हा पक्षी अचानक मुका झालेला आहे, असे त्याला जाणवले. त्यामुळे कुतूहल वाटून सिद्धार्थने त्या पक्ष्याच्या पिंजऱ्यात डोकावून पाहिले. त्याला दिसले की तो पक्षी पिंजऱ्यात मरुन पडलेला आहे. मग सिद्धार्थने त्या पक्ष्याचे कलेवर जरा वेळ हातात घेऊन नंतर ते रस्त्यावर फेकून दिले. त्या क्षणी मात्र त्याला खूप वाईट वाटले. त्याच्या डोळ्यातून अश्रुधारा वाहू लागल्या.

दुसऱ्याच क्षणी सिद्धार्थला जाग आली. त्या स्वप्नातून जागे झाल्यावर त्याला खोल अशा उदासपणाने घेरले. मग तो निराधार, निराश्रितासारखा नदीकिनारी नदीकडे पाहत राहिला. नंतर त्याच निराशावस्थेत आपल्या विलासकुंजात गेला. तेथील फाटक बंद करुन तो एका झाडाखाली बसला. क्षणभर आपला मृत्यूच आपल्या समोर उभा असल्यासारखे त्याला भासले. शरीरातला प्रत्येक अणू टाहो फोडत मृत्यूच्या स्वाधीन होतो आहे, असे त्याला वाटले. त्याच्या शरीराचा प्रत्येक अवयव निष्प्राण झाल्यासारखा गळून जात होता. जागेवरुन हलण्याचेही त्राण त्याच्यात शिल्लक राहिले नव्हते. त्याने जेमतेम आपले विचार नीट मार्गावर आणले आणि आपल्या आजवरच्या आयुष्याचे सिंहावलोकन केले. जितक्या मागे आपल्या मनाची दृष्टी नेता येईल, तितकी नेऊन त्याने आठवण्याचा प्रयत्न केला. आपल्याला सर्वप्रथम आनंद कधी झाला, त्या क्षणाचा तो विचार करू लागला.

लहान असताना त्याने सुखद अशी भावना अनुभवली होती. आसपासच्या ब्राह्मणवर्गांकडून लहानग्या सिद्धार्थचे विलक्षण कौतुक होत असे. मग सिद्धार्थने वेदपठण करण्यात प्रावीण्य मिळवले. तरुण असताना इतर विद्वान ब्राह्मणवृंदाबरोबर चर्चा–वादविवादातही त्याने भाग घेतला आणि सर्वांची मने जिंकली.

एके क्षणी सिद्धार्थच्या मनाला प्रकर्षाने जाणवू लागले की, आपल्यापुढे नियम मार्ग आहे, ईश्वर त्या मार्गावर आपली वाट पाहतो आहे. त्यानंतर ब्रह्माचे स्वरूप जाणून घेण्याच्या उत्तरोत्तर तीव्र होत जाण्याऱ्या इच्छेने, त्या निराकाराचे चिंतन करीत असताना त्याला असे एकसारखे जाणवे की आपल्याला कोणाचे तरी आशीर्वाद मिळत आहेत आणि ते सांगत आहेत की : *जा बाळ, याच मार्गावरुन असाच पुढे जा! या प्रवासातच तुझे भले होणार आहे.*

नंतर सिद्धार्थने साधूंचा मार्ग स्वीकारला आणि शांतपणे घर सोडले. त्यानंतर त्याची गौतम बुद्धाशी भेट झाली. शेवटी गौतमापासून दूर जाताना पूर्ण एकटेपणाने अनिश्चिततेच्या प्रातात पाऊल ठेवले, तेव्हासुद्धा त्याची आणि गौतम बुद्धाची भेट झाली.

बुद्धाकडून परतल्यानंतर त्याची आणि कमलेची गाठ पडली आणि तो त्या सुखासीन भोगविलासात दंग होऊन गेला. त्याचा कमलेवर जीव जडला होता, पण हे तरी पूर्णपणे खरे होते का? त्या दोघांना तरी एकमेकांची आवश्यकता होती का? ते दोघेही बहुतेक एक न संपणारा, कोणताही निकाल न लागणारा खेळ खेळत हेते. या सगळ्यासाठी जगण्यात काही अर्थ होता का? बहुतेक नाही. त्या सगळ्या खेळाचे नाव होते संसार! जो मुलांचा म्हणजे ज्यांची बुद्धी गुंत्यातून सुटू शकत नाही अशा जीवांसाठी होता. आणि तो खेळावा तरी किती वेळा? एकदा,

दोनदा...दहादा? पण त्यानंतर तरी बाहेर पडावे की नाही?

आता सिद्धार्थला प्रकर्षाने जाणीव झाली की आता हा खेळ त्याच्यापुरता तरी संपलेला आहे. यापुढे तो हा खेळ खेळू शकणार नाही. नकळत त्याच्या अंगावर शहारा आला. त्याला वाटले, जणू आपले आतले चैतन्य कोणीतरी कायमचे हिरावून घेते आहे.

तो संपूर्ण दिवस त्याने त्याच झाडाखाली बसून घालवला. त्याच्या मनात फिरुनफिरुन वडिलांचे, गोविंदाचे, गौतमाचे विचार येत होते. कामस्वामींसारखे होण्यासाठी त्यांना सोडण्याची गरज होती का? अंधार पडल्यावर आकाशात दिसणारे तारे पाहून तो स्वत:शीच म्हणाला, मी ह्या झाडाखाली बसलो आहे. हे माझ्या मालकीचे झाड आहे. हा विलासकुंज माझ्या मालकीचा आहे. हे सगळंच हास्यास्पद नाही का? हा मूर्खपणा करण्याची काही गरज आहे का?

आपल्या साऱ्या संपत्तीचा विचार त्याने मनातून निखंदून टाकला. त्याच्यातला हा भागही गळून पडला. तो उठून उभा राहिला. सकाळपासून उपाशी असल्यामुळे त्याला आपल्या घराची आठवण झाली. आपले घर, त्यात आपल्यासाठी पानात वाढून ठेवलेले जेवण, हे सगळे त्याच्या डोळ्यासमोर उभे राहिले. हसून त्याने मान हलवली आणि त्याच क्षणी या सगळ्याला मागे टाकून तो सहजपणे विलासकुंजातून बाहेर पडला आणि तसाच तो नगराबाहेर गेला. अर्थात, परत कधीही न येण्यासाठी!

कामस्वामीने त्याच्या शोधासाठी बराच काळ माणसे कामाला लावली. त्यांची समजूत अशी झाली की, सिद्धार्थ हा बहुधा दरोडेखोरांच्या हाती लागला असावा! कमलेने मात्र त्याच्या शोधासाठी अजिबात प्रयत्न

केले नाहीत. सिद्धार्थ गायब झाला आहे, असे कळल्यावर तिला काहीच आश्चर्य वाटले नाही. त्या दोघांच्या अगदी शेवटच्या भेटीच्या वेळी, असे काहीतरी घडेल, याची शंका तिला आली होती. आणि ती अतीव समाधानाने त्याच्याशी रतही झाली होती.

जेव्हा तिला सिद्धार्थच्या नाहीसे हाण्याची बातमी मिळाली, तेव्हा तिने खिडकीत ठेवलेल्या सोनेरी पिंजऱ्यातून त्या दुर्मिळ अशा गाणाऱ्या पक्षाला मोकळे केले. उडून जाणाऱ्या त्या पक्षाकडे ती बराच वेळ नुसतीच पहात राहिली. त्या दिवसानंतर तिने लोकांना भेटणे बंद केले. पण काही दिवसांनी तिला कळले की आपण गरोदर आहोत. तिला खात्री होती की सिद्धार्थबरोबर झालेल्या शेवटच्या सहवासाचे ते फलित आहे.

****

८

नदीकाठी

त्या नगरापासून बराच दूर जंगलातून वाट काढत तो चालला होता. त्याच्या डोक्यात भविष्याचा काहीच विचार नव्हता! पण एक गोष्ट मात्र त्याच्या मनात पक्की होती आणि ती म्हणजे आता पुन्हा मागे परतायचे नाही. त्या संसाराच्या विळख्यात तो बरीच वर्षे राहिला होता आणि अगदी वीट येईपर्यंत त्याने त्या आयुष्याचा अनुभव घेतला होता. त्या गाणाऱ्या पक्षाचा स्वप्नात पाहिलेला मृत्यू म्हणजे त्याच्या मनात साचून राहिलेल्या ताण, भीती, काळजी अशा भावनांचा निचरा होता. त्याच्या हृदयातले संसाराचे गाणे थांबले होते. त्याने तेथे गेल्यावर जो प्रपंच स्वत:भोवती उभा केला, त्यात तो पूर्णपणे अडकला. त्यामुळे त्याला स्वत:बद्दल कमालीचा तिरस्कार वाटत होता, अतिशय दु:ख वाटत होते. जगात आता असे काहीच नव्हते की ज्याच्यामुळे त्याला आनंद समाधान मिळाले असते!

आता त्याला स्वत:बद्दल काहीच जाणून घ्यायचे नव्हते. त्याला आता फक्त विश्रांती हवी होती. आता मृत्यूही आला तरी त्याला तो चालणार होता. उलट आपल्यावर आकाशातून वीज कोसळली तर आपण

लगेच मरुन जाऊ, नाहीतर एखादा वाघ येऊन आपल्याला खाईल तर अधिक चांगले. विषासारखे काम करणारी एखादी दारू आपल्याला प्यायला मिळाली तर आपले हे संवेदनशील मन पार बधीर होऊन जाईल. अशी एकही गलिच्छ गोष्ट नव्हती की जी सिद्धार्थने केली नसेल, किंवा एखादे पाप नसेल की जे त्याने केले नसेल.

'मी आता कसा जगू? श्वास तरी कसा घेऊ? आजवर ज्या प्रकारे मी जीवन घालवलं, त्यामुळे आता मला भूकही लागणार नाही की झोप येणार नाही. आता मी काही खाऊ शकत नाही', सिद्धार्थ स्वत:च्या मनाशी विचार करीत होता.

सिद्धार्थ जंगलातल्या एका मोठ्या नदीजवळ पोचला. बऱ्याच वर्षांपूर्वी गौतमाशी त्याची भेट झाल्यानंतर, तो याच नदीच्या काठावर काही क्षण विसावला होता. एका नावेकऱ्याने त्याला आपल्या नावेतून नदीच्या पलीकडच्या तीरावर नेऊन सोडले होते. आता नदीच्या काठाजवळ येऊन सिद्धार्थ थांबला. तो अतिशय थकला होता आणि त्याला खूप भूकही लागली होती. आता कशासाठी चालायचे, कुठे जाण्यासाठी चालायचे, आपल्यापुढे आता काही ध्येय तरी आहे का, असे प्रश्न त्याला पडत होते. खरोखरीच सिद्धार्थपुढे काहीही ध्येयच उरले नव्हते. आता फक्त एकच अतिशय दु:खपूर्ण इच्छा उरली होती आणि ती म्हणजे आपल्याला पडलेले हे दु:स्वप्न संपवून टाकावे. जे फक्त या देहाचा नाश केल्यानेच शक्य होणार आहे. हे दु:खद आणि लाजिरवाणे आयुष्य आपण संपवलेच पाहिजे. नदीच्या काठावर वाकलेले एक नारळाचे झाड होते. त्याला टेकून सिद्धार्थ उभा राहिला. त्याने एका हाताने त्या झाडाला मिठी मारली आणि तो खाली पाण्यात वाकून पाहू लागला. नदी अखंडपणे वाहत होती. नदीच्या प्रवाहाकडे पाहता पाहता सिद्धार्थच्या मनात अशी तीव्र इच्छा निर्माण झाली की, आपण या झाडाला पकडून ठेवलेला हा सोडून द्यावा आणि नदीत पडून बुडून जावे. त्या पाण्याकडे पाहताना त्याच्या मनात क्षणभर

भीती दाटून आली. आपल्या आयुष्याचा अंत करण्याचा हाच शुभक्षण आहे, आता त्याशिवाय आपल्या आयुष्यात काहीही उरले नाही, असे त्याच्या मनात आले. आपल्या आयुष्याचा प्रवास पाहून परमेश्वर आपली चेष्टाच करत असेल. आता हा अपयशी देह, हे पश्चात्तापी मन, हे वेदनादायी आयुष्य त्या ईश्वराच्या चरणी वाहून टाकावे. हा भ्रष्ट देह घेऊन पाण्यात पडावे आणि माशांचा नाहीतर सुसरींचा घास होऊन जावे.

सिद्धार्थने एकवार पाण्यात पाहिले. मनाच्या आणि शरीराच्या अतिशय थकलेल्या अवस्थेत, त्याने आपला हात झाडापासून थोडा सैल केला आणि तो खालच्या नदीच्या प्रवाहाच्या दिशेने घसरला.

आता त्याच्या मनाच्या तळातून एक ध्वनी उमटला. तो एक शब्दच होता. काहीही विचार न करता, त्याने तो शब्द स्वत:शीच उच्चारला. संपूर्ण अस्तित्वाचा आरंभ आणि अंत असलेला तो शब्द, ब्राह्मण त्यांच्या प्रत्येक प्रार्थनेच्या आरंभी आणि अंती तो शब्द उच्चारतात. तो शब्द त्याच्या मनाच्या पृष्ठभागावर उमटू पहात होता. ॐ : जे संपूर्ण आहे, अचूक आहे किंवा पूर्णत्व आहे. ज्या क्षणी सिद्धार्थच्या कानी तो ध्वनी पडला, त्याक्षणी त्याच्यातले सुप्त चैतन्य पुन्हा जागे झाले आणि आपण आत्महत्या करणार होतो तो मूर्खपणा करीत होतो, हे त्याला जाणवले.

सिद्धार्थला जोराचा धक्का बसला. तो अनैसर्गिक मृत्यूची इच्छा करीत होता. म्हणजेच एक प्रकारे त्याची विचार करण्याची शक्तीच नष्ट झाली होती. आजवर मिळवलेले ज्ञान त्याला सोडून गेले होते की काय? आत्महत्येच्या पोरकटपणाला आपल्या मनाने स्थान कसे काय दिले, याचे त्याला स्वत:लाच आश्चर्य वाटू लागले. गेल्या काही दिवसात भोगलेल्या दु:खाने, मनात झालेल्या उलथापालथीने, किंवा त्यानंतर झालेल्या निराशाजनक विचारांनी जे साधले नाही, ते ह्या ॐ च्या उच्चाराने साधले. सिद्धार्थला आपल्या चुकीची स्पष्टपणे जाणीव झाली.

ॐ! तो स्वत:शीच म्हणाला, ॐ! आत्मा अविनाशी आहे, ब्रह्म

स्थिर आहे, हे सत्य त्याच्या मनात जागे झाले.

कमालीचा थकलेला सिद्धार्थ नारळाच्या झाडाच्या बुंध्याशी कोसळला आणि पुढच्याच क्षणाला त्याची शुद्ध हरपली. कित्येक वर्षात अशी शांत, स्वप्नविरहित झोप सिद्धार्थला लागली नव्हती. त्याला जेव्हा जाग आली, तेव्हा दहा तरी वर्षे उलटली असावीत, असे त्याला वाटले. आपण कुठे आहोत, आपल्याला येथे कोणी आणले, हे प्रश्न त्याच्या मनात उमटले. फक्त एका बाजूने वाहणाऱ्या पाण्याचा आवाज येत होता. डोळे उघडल्यावर आसपासची झाडे आणि त्यातून दिसणारे आकाश त्याने पाहिले. आता त्याला हळूहळू आपण कुठे आहोत आणि येथे कसे आलो हे आठवले. भूतकाळ मात्र खूप दूर कुठे तरी दिसत असावा, असे त्याला वाटले पण त्यावरही झिरझिरीत पडदा होता. भूतकाळाचा विचार करू लागल्यावर तो आपल्या आधीच्या जन्मातला असावा, असे त्याच्या मनात आले. शांतपणे त्याने पुन्हा ॐचा उच्चार केला आणि त्याला वाटले की आत्ताची झोप ही दुसरे काही नसून आपण ॐचे ध्यान करीत आहोत.

गाढ निद्रेतून उठल्याप्रमाणे त्याला इतके प्रसन्न आणि ताजेतवाने वाटले की जणू आपला कायाकल्प झाला आहे. कदाचित असेही असेल की, आपण खरोखर पाण्यात बुडून मेलो आहोत आणि आपला पुनर्जन्म या नव्या शरीरात झाला असेल. पण नाही. हे शरीर त्याच्या ओळखीचे होते. ही व्यक्ती त्याच्या माहितीची होती. हा एककल्ली, विचित्र माणूस सिद्धार्थच होता. पण हा सिद्धार्थ अंतर्बाह्य बदलला होता हे मात्र निश्चित! आता तो पूर्वीसारखा उत्साही, चौकस आणि आनंदी असा होता.

सिद्धार्थ उठून बसला आणि त्याला समोर पिवळी वस्त्रे नसलेला एक अनोळखी माणूस – एक साधू बसलेला आढळला. त्याचे डोके तुळतुळीत केलेले होते. दाढी स्वच्छ होती. थोडा वेळ त्याच्याकडे लक्ष देऊन पाहिल्यावर त्याच्या लक्षात आले की, तो आपला बालमित्र गोविंद आहे. त्याचेही आता वय झालेले होते. पण त्याच्या चेहऱ्यावर अजूनही उत्साह,

विश्वासूपणा, चौकसपणा आणि लाजाळूपणा हे भाव होते. समोरच्या व्यक्तीची चाहूल लागल्यावर गोविंदाने डोळे उघडले. मात्र त्याच्या डोळ्यांत सिद्धार्थला कसलीच ओळख जाणवली नाही. हा माणूस जागा झालेला पाहून गोविंदाला विलक्षण आनंद झाला. गोविंद जरी त्याला ओळखत नसला, तरीही तेथे बराच वेळ बसून तो त्याच्या उठण्याची वाट पाहत होता.

सिद्धार्थ त्याला म्हणाला, 'मला बहुधा गाढ झोप लागली असावी. पण तुम्ही इथे कसे आलात?'

गोविंद उत्तरला, 'तुम्ही इथे पडला होतात. बहुधा तुमची शुद्ध हरपली असावी. इथून साप, जंगली प्राणी वगैरे फिरत असतात. मी गौतम बुद्धाचा अनुयायी आहे. सुदैवाने या वाटेने मी तीर्थयात्रेला चाललो होतो. मी तुम्हाला ह्या धोकादायक जागी पडलेले पाहिले, म्हणून तुम्हाला जाग येईपर्यंत मी थांबलो. तुम्ही लहान मुलासारखे गाढ झोपला होतात म्हणून मी इथेच थांबलो, पण बसल्याबसल्या मलाच झोप लागली. मी तुमचं रक्षण करण्यात कुचराई केली. थकव्याने माझ्यावर मात केली. आता तुम्ही उठला आहात तर मी निघतो. मला माझ्या सहप्रवाशांबरोबर गेलं पाहिजे.'

'हे साधो, मी झोपलेलो असताना माझ्या रक्षणासाठी थांबल्याबद्दल तुझे मनापासून आभार! तुम्ही फार चांगले आहात. आता तुम्ही गेलात तरी चालेल.'

'ठीक आहे, मी निघतो. तुमचं कल्याण असो!'

'धन्यवाद साधू महाराज!'

गोविंदाने नमस्कार करुन म्हटले, 'तुम्हाला मनापासून शुभेच्छा!'

सिद्धार्थ म्हणाला, 'तुलाही शुभेच्छा, गोविंदा!'

आपले नाव ऐकल्यावर गोविंद चमकून थांबला. 'तुम्हाला माझं नाव कसं माहिती?'

सिद्धार्थने हसून म्हटले, 'गोविंद मी तुला तुझ्या लहानपणापासून

ओळखतो. अगदी त्या पाठशालेपासून, आपल्या गावातल्या यज्ञविधींपासून, साधूंच्या मेळाव्यापासून आणि तू जैतवनात बुद्धाला शरण गेलास तेव्हापासून!

'तू सिद्धार्थ आहेस?' गोविंद आनंदाने ओरडला.

त्याचा तो ओसंडून वाहणारा आनंद पाहून सिद्धार्थचाही आनंद हा त्याच्या डोळ्यातून, ओठातून पाझरू लागला.

मग न राहून गोविंद सिद्धार्थला म्हणाला, 'आत्ता मी तुला ओळखलं. मी तुला आधी कसं ओळखलं नाही, याचा तू विचार करू नकोस. सिद्धार्थ, तुझी भेट होणं ही खूप आनंदाची गोष्ट आहे. माझ्या आनंदाला खरोखरच पारावार राहिलेला नाही.'

'तुला भेटून मला काय आणि कसं वाटलं, ते तुला मी कसं सांगू. माझ्याकडे शब्द देखील अपुरे आहेत. मी झोपलेला असताना मला काही त्रास होऊ नये म्हणून तू थांबून राहिलास. अरे मित्रा, तुझी भेट ही मोठी आनंदाची गोष्टच आहे. आता तू कुठे चालला आहेस?'

'संन्यासाला ठराविक दिशा, नेमके स्थल नसते. आम्ही ठरवून कुठेही जात नसतो. पावसाळ्याचे दिवस सोडून आम्ही साधू सतत भ्रमण करीत असतो. बुद्धाने आम्हाला जगण्याबद्दल जी शिकवण दिली आहे, त्याप्रमाणे आम्ही जगतो. पण सिद्धार्थ आत्ता या क्षणाला तू कोठे चालला आहेस?'

'मलाही ठाऊक नाही. नुसती दिशाहीन भटकंती! मी फक्त प्रवास करतो आहे. बहुधा एखाद्या तीर्थक्षेत्री जाईन म्हणतो!'

त्यावर गोविंद काहीसा गोंधळला. पण तरीही स्वत:ला सावरत तो म्हणाला, 'सिद्धार्थ, तू म्हणतो आहेस, तर मी तुझ्यावर विश्वास ठेवतो. तू म्हणतो आहेस की मी तीर्थयात्रेला चाललो आहे, पण तुझे कपडे, तुझ्या वहाणा ह्या एखाद्या श्रीमंत माणसासारख्या वाटत आहेत. तुझ्या डोक्याला सुगंधी तेलाचा वास येतो आहे. हे सगळं एखाद्या साधुकडे असणं कदापी

शक्य नाही.'

'गोविंद, तू अगदी बरोबर बोलतो आहेस. तू म्हणालास तसंच सगळं आहे. पण मी आता साधू राहिलेलो नाही. पण मी तीर्थयात्रेला निघालो आहे, हे मात्र निश्चित!'

'यात्रेला आणि या वेशात? मी इतकी वर्षे भ्रमण करतो आहे, पण या वेशात तीर्थयात्रेला जाताना मी आजवर कोणालाही पाहिलेलं नाही.'

'गोविंदा, तू माझ्या बाह्य रुपावरुन अंदाज बांधणार आहेस का? अरे बाह्य रुप दाखवणारं जग हे अशाश्वत आहे. आपले कपडे, आपल्या वहाणा, आपले केस, त्यांना लावलेले तेल या सगळ्या वरवरच्या गोष्टी आहेत. माझ्या वेशावरुन तुला मी श्रीमंत वाटतो आहे, हे तुझे निरीक्षण खरं आहे. मी खरोखरीच श्रीमंत आहे. भोगविलासात पूर्ण बुडालेलो आहे. म्हणूनच त्या चिखलातून बाहेर पडण्याचा मी विचार करतो आहे.'

'पण आत्ता तू कोण आहेस?'

'मी कोण आहे, कसा आहे, माझा मलाच अजून त्याचा शोध लागलेला नाही. या शोधासाठीच मी घराबाहेर पडलेलो आहे. या क्षणाला मी श्रीमंत आहेही आणि नाहीही! उद्या मी कसा असेन, मला खरोखरीच माहीत नाही.'

'म्हणजे तू आपले सारे धन गमावले आहेस का?'

'मी ते गमावलंच पण त्यांनीही मला गमावलं! माझे सारे धन-वैभव माझ्यापासून वेगाने दूर जाते आहे. गोविंद, भौतिक जगाचे चक्र कमालीच्या वेगाने फिरते आहे. एके काळी आपल्या अभ्यासात-शोधात रममाण होणारा सिद्धार्थ आता कोठे आहे? एके काळी साधू बनून अतिशय खडतर-असाध्यप्राय जीवन जगणारा सिद्धार्थ आता कोठे आहे? कसा आहे? अशाश्वत गोष्टी फार वेगाने बदलत आहेत. या बदलत्या चक्रात आपण थोडे जरी गाफील राहिलो तरी हा बदलांचा वेग, ही जीवनाची गतिमानता, आपल्या अंतरंगातील नानाविध तरंग आणि होत जाणारे अनंत

सूक्ष्मतम बदल, आपला स्व-भाव मग आपल्याच लक्षात येत नाही. मला आता माझ्याबद्दलचेच ज्ञान नाही. इतका मी अज्ञानी झालो आहे.'

गोविंदाने आपल्या मित्राकडे मोठ्या करुणेने पाहिलं. त्याला काय बोलावं, सिद्धार्थला कसं समजवावं, हे समजत नव्हतं! अखेर शहरातल्या श्रीमंत माणसाला करावा, तसा नमस्कार करुन गोविंद आपल्या वाटेने निघून गेला. त्याच्या त्या पाठमोऱ्या आकृतीकडे पाहताना नकळत सिद्धार्थचे डोळे पाणावले. एके काळचा आपला मित्र, कुठल्याही मित्रत्वाच्या लोभात न अडकता सहज पाठ फिरवून निघून चाललेला सिद्धार्थ पाहत होता. गोविंद आपल्याला भेटलेला आहे आणि तो आपल्याकडे पाठ फिरवून, आता बहुधा पुन्हा न भेटण्यासाठी आपल्या समोरुन चाललेला आहे, यावर सिद्धार्थचा विश्वास बसत नव्हता! तरीही गोविंद त्याला आवडत होता.

ॐ राने भारलेल्या त्या निद्रेनंतर समोर आलेल्या प्रत्येक जीवावर प्रेम करण्याच्या स्थितीत सिद्धार्थ आता पोचला होता. खरे तर, त्या गाढ निद्रेनंतर सिद्धार्थ चांगलाच ताजातवाना झाला होता. पण आता त्याला भूक लागली होती आणि ती सहन करणे आता त्याच्या आवाक्याबाहेर होऊन गेले होते. कधी काळी पाचपाच सहासहा दिवस तो सहजपणे अन्नपाण्यावाचून काढत असे. पण आज त्याला आपली भूक सहन होत नव्हती! गेल्या दोन दिवसात त्याने काही खाल्ले नव्हते. सुखासीन जीवनाच्या सवयीमुळे त्याला आपल्या शरीराच्या हाकेकडे दुर्लक्षही करता येत नव्हते!

नकळत सिद्धार्थचे मन भूतकाळात गेले. कमलेशी त्याची झालेली पहिली भेट त्याला आठवली. पहिल्या भेटीतच त्याने कमलेला ठामपणे सांगितले होते की, योग्य विचार, योग्य ठिकाणी करणे, वाट पाहणे आणि

उपवास करणे, या तीन गोष्टी आपण सहज करू शकतो. या क्षमता खरे तर त्याची ताकद होती. वास्तविक तरुण असताना खूप मेहनतीने त्याने काही गोष्टी आत्मसात केल्या होत्या आणि आपल्या अंगवळणी पडून घेतल्या होत्या. पण आता त्याच गोष्टी त्याला सोडून गेलेल्या होत्या. दुर्दैवाची गोष्ट म्हणजे तो आता अगदी पार सामान्य व्यक्ती बनून गेलेला होता.

आपल्या या दुरावस्थेबद्दल सिद्धार्थ विचार करू लागला. खरे तर आता स्वत:कडे अलिप्तपणे पाहणेही त्याला जड जात होते. एके क्षणी त्याच्या मनात आले, ह्या नष्ट होणाऱ्या साऱ्या गोष्टी एकेक करुन आपल्यापासून दूर गेल्या. या आभाळाखाली मी एकटा, कोणत्याही आधाराशिवाय, कोणत्याही संपत्तीशिवाय उभा राहू शकणार नाही. सारं काही ठिसूळ झालं आहे. शरीरही आणि मनही. या दोहोंना जरी नुसतं बोट जरी लागलं, तरी सगळं क्षणात ढासळेल. सर्व प्रकारची सफलता मिळविण्याच्या नादात, आपण आपला आंतरिक रितेपणा व दरिद्रता झाकण्याचा असफल प्रयत्न करुन पाहिला. पण त्यात आलेल्या अपयशाने आपल्या तळहातावर दु:खे व वेदना यांच्या शिवाय दुसरे काहीही ठेवले नाही. आपले आयुष्य आता उताराला लागलेले आहे. ह्या समोरच्या नदीचा प्रवाह देखील कायम उताराच्या दिशेनेच जात आहे. वडील नेहमी म्हणायचे : जीवन हे असेच एखाद्या नदीसारखे - सतत प्रवाही, सतत नव्या वाटा चोखाळणारे, शोधक, प्रेरक, प्रसंगी काठावरुनही ओसंडून वाहणारे असत. मुख्य म्हणजे आपल्या पाण्याने प्रत्येक खबदाड भरून हा प्रवाह खळाळत जमिनीच्या साऱ्या भेगा, फटी बुजवत पुढे जात असतो. आपले मनही जीवनाबरोबर संपूर्णपणे गतिमान असते, कालरहितपणे पुढे पुढे जात असते - असे मन सुखी असू शकते, तेच नित्य नूतन असते आणि सृजनशीलही! किती खरे बोलत होते ते. आज त्याचा प्रकर्षाने प्रत्यय येत आहे. आपण मात्र डबक्यातल्या भौतिक जगातच सुरक्षितता शोधत राहिलो. त्या साचलेल्या डबक्यातच आपण टिकाऊ, सातत्यपूर्ण

जीवन शोधत राहिलो. मालमत्ता, शरीरसुख, सर्व सुखसोई-सुविधा, लौकिकाच्या शाश्वततेची जाणीव आपल्याला हवी होती. या सर्व गोष्टींना मी उरापोटी पकडून ठेवले होते. ते हातून निसटून जाईल, याची सतत भीती वाटायची. पण जीवन आपल्याला हवे तसे थोडीच असते. जीवन शाश्वत मुळीच नसते. पक्षी मरुन जातात, हिम वितळून जाते, झाडे तोडली जातात किंवा वादळात नष्ट होतात. असेच चाललेले असते. आपल्याला सर्व सुखे-सुविधा देणाऱ्या गोष्टी त्यातल्या समाधानासह टिकून रहाव्या, असे आपल्याला वाटत होते.

सिद्धार्थाच्या मनाला आता काही गोष्टी हळूहळू कळत होत्या. आता त्याच्या लक्षात आले की, ज्या मनाभोवती भिंती नसतात, ज्या मनावर त्याच्या स्वतः संपादित केलेल्या, जमवून ठेवलेल्या भौतिक गोष्टींचा, संपादनाचा भार नसतो, ते मन कालरहितपणे, असुरक्षितपणे जगत असते. अशा मनासाठी जीवन ही एक असामान्य गोष्ट असते. अशा जीवनाला कुठलेही विश्रामधाम नसते. आजवर इच्छा-अभिलाषा, वासना यांच्या पूर्तीच्या मागे लागल्यामुळे आपण फक्त दुःख आणि विपत्ती यांना आमंत्रण दिले. आता आपण स्वतःसाठी खणलेले हे भौतिक सुरक्षिततेचे डबके सोडून या सरितेच्या प्रवाहात उतरले पाहिजे. आता प्रत्यक्ष जीवनच आपली काळजी घेईल.

सिद्धार्थचे मन गतावलोकनात हरवून गेले. तो विचार करू लागला. लहान असताना आपले वडील ज्याप्रमाणे व्रतवैकल्ये-वेदपठण करीत असत, त्याप्रमाणे आपण जगत गेलो. विद्वत ब्राह्मण होण्यासाठी आवश्यक असणारे सारे संस्कार वडिलांनी, गुरुकुलाने आपल्यावर केले. आपण अनेक वादविवादात सहभाग घेतला.

तरुण असताना अचानक विरक्तीच्या दिशेने आपण ओढले गेलो.

त्यासाठी ध्यान, ब्रह्माचा विचार यांची कास धरली. हे सारे करीत असताना अरण्यात त्या साधूंच्या संगतीत राहण्याचा अट्टहास केला. त्या साधूंची सगळी जीवनरीत आत्मसात करीत असताना, देहाची दु:खे सोसण्याचा, देहभावना नष्ट करण्याचा अभ्यास केला. कडक जीवघेणी थंडी, ऊन, वादळवारे-पाऊस यांना न जुमानता आपण त्यातच तग धरुन जगायला शिकलो. मोठ्या नशीबाने, पुढे आपली साक्षात गौतम बुद्धाची भेट झाली आणि हे सगळे जग आणि आपण अभिन्न असल्याची जाणीव आपल्यात उत्पन्न झाली. बुद्धाचे शिष्यत्व आपण जरी नाकारले तरी त्याच्या वचनातील महानपणा आपण नाकारू शकणार नाही. शेवटी बुद्ध म्हणतो तेच खरे : सत्य ही स्वत: शोधण्याची गोष्ट आहे. त्यासाठी आरंभ करायचा तो स्वत:पासून. गुरू मानायचे आहे ते स्वत:लाच. शरण जायचे तेही स्वत:लाच! मुख्य म्हणजे प्रत्येकाला बुद्धत्वाचा अधिकार आहे. ते प्रत्येकाचे नैतिक कर्तव्य आहे. माणूस विचारांनी स्वतंत्र नसेल, मन स्वतंत्र नसेल, तर त्याला सत्याची चाहूल लागणे अशक्य आहे. तृष्णा मनाला अशांत करून सोडतात. या अनित्य जगाला आपण ते नित्य आहे असे समजतो. कोळ्याने जाळे जसे विणावे, तसे माणसाने इच्छा-आकांक्षांचे एक जग निर्माण केले आहे. त्यात तो स्वत:च फसला आहे. यातून जर बाहेर पडायचे असेल, तर प्रज्ञेचा विकास व्हायला हवा! तरच सत्य-असत्य यांचे वेगळेपण आपल्या ध्यानी येईल!

बुद्धाच्या भेटीनंतर परतत असताना आपली कमलाची गाठ पडली. तिच्याजवळ मी प्रणयाचे, देहसुखाचे धडे गिरवले. कामस्वामींबरोबर काम करुन व्यापाराचे तंत्र आपण आत्मसात केले. खूप पैसा मिळवला आणि उधळला देखील! पुन्हा मिळवला. शरीराचे सगळे चोचले, सारे हट्ट पुरवले. पण खूप वर्षे भोगपरायण राहिल्याने आपल्याल्या आतल्या त्या अविनाशी चैतन्याचा पूर्ण विसर पडला. आत्मानात्म विचार सोडून फक्त धनसंचयाचा आणि त्यापासून मिळू शकणाऱ्या भोगांचाच विचार आपण

केला. संपूर्ण विश्वाशी असलेले अद्वैत आपण पार विसरुन गेलो. या देहभोगाच्या दलदलीतून वाटचाल करताना, आपण शक्य तो सारा मूर्खपणा करून पाहिला. कळत नकळत खूप दुराचार हातून घडला. कितीतरी वैताग, निराशा आणि दुःखातून आपण वाटचाल केली. आपण खरे जगतच नव्हतो. एके क्षणी तर आत्महत्येपर्यंत आपण गेलो, पण...? केवळ दैवी कृपा झाली आणि तो ॐ कार माझ्यात ऐनवेळी जागा झाला आणि त्याने मला आत्महत्येपासून रोखून धरले. माझ्यातल्या आत्म्याचे भान मला पुन्हा येण्यासाठी तर मी हा सर्व मूर्खपणा केला नव्हता ना?

सुदैवाने आकाशात मुक्तपणे विहार करणारा तो पक्षी आपल्यात जिवंत आहे. एक प्रकारच्या या उलट्या प्रवासात आपण एक लहान मूल झालो आहोत. पण ह्या लहान मुलात अजूनही या साऱ्या जगाबद्दल मोठे औत्सुक्य आहे. पुन्हा सगळे नव्याने जगण्याची उमेद आहे. आजवरच्या जगण्यातले अहंरूपी केंद्र व जे आहे त्या भौतिक सुखाच्या सातत्याची आकांक्षा आपण स्वतःच्या हातानी नष्ट करुन टाकले पाहिजे. तरच नवजीवन उदयास येईल. असे नवजीवन म्हणजे नवसर्जन असेल!

एका अनामिक आनंदाने सिद्धार्थचे हृदय भरुन गेले. त्याने स्वतःला विचारले, बाबारे, हा एवढा आनंद तुला कशामुळे झाला आहे? त्या लांबलचक निद्रेमुळे चांगली विश्रांती मिळाली आणि त्यामुळे आपण इतके ताजेतवाने झालो आहोत का? की माझ्यातला ॐकार पुन्हा जागा झाल्यामुळे आपण पुन्हा चैतन्यमय झालो आहोत? कदाचित अनेक वर्षे शारीरसुखनिद्रेतून जागे झाल्यामुळे, किंबहुना त्यातून सुटल्यामुळे आपल्याला हा आनंद होत असावा!

आता आपल्याला खूप बरे वाटते आहे. आजवर जे आयुष्य जगलो, त्या जगण्यात औषधी द्रव्यांचा, मसाल्यांचा, दारूचा श्‍वास भरुन राहिल्याचे सतत जाणवत होते. सगळ्याचाच अतिरेक केला आपण! त्या वातावरणातला आळस अंगी पार भिनून गेला. एके काळी श्रीमंती, पैसा–स्त्री, चैनबाजी या साऱ्या गोष्टींबद्दल आपल्या मनात खूप घृणा होती. पण पुढच्या आयुष्याच्या प्रवाहात आपण याच घृणेला आपलेसे केले. मला आता स्वत:चाच खूप संताप येतो आहे. आपल्याला सारे जीवन कळले आहे, आपल्यात सारे शहाणपण नांदत आहे, असे पूर्वी आपण वागत होतो. आता त्या मूर्खपणात आपण आता जगायचे नाही. आता आपण पुन्हा *काही नाही* असेच झालेले आहोत. म्हणूनच आपले मन प्रयत्नाशिवाय नि:स्तब्ध झालेले आहे. या नि:स्तब्धतेतच कदाचित सत्याचा उदय होईल आणि आपण खऱ्या अर्थाने संपूर्ण मुक्ततेत, प्रेम–करुणेत जगायला लागू! आपल्याला आपल्यातल्या अहंचे दर्शन घडेल. संपूर्ण मुक्ततेच्या विचारांनी सिद्धार्थ चांगलाच सुखावला.

सगळ्या गोष्टींची स्वत: चव घेऊन बघणे, हे नेहमीच चांगले असते. म्हणजे आपल्याला ते चांगले समजते. जगातल्या प्रत्येक गोष्टीची इच्छा करणे आणि श्रीमंतीतल्या देहोत्सवात रुतणे हे निश्‍चितच चांगले कृत्य नव्हे! या सगळ्याचा मी अनुभव घेतल्यामुळे एक नवी समजशक्ती आपल्यात येऊ पाहत आहे. यातून खरी सूज्ञता आपल्याला निश्‍चितपणे येऊ शकेल! खरा आनंद हा सत्याच्या शोधातच आहे. आपल्या आत दडलेल्या अहंकाराचा नाश करण्यासाठी आत्मज्ञान करुन घेणे, हाच खरा सुजाणपणाचा वा स्वयंप्रज्ञेचा प्रारंभ होय, याची जाणीव सिद्धार्थला प्रकर्षाने होऊ लागली. आता या मार्गाने आपण सातत्याने पुढे जात राहिले पाहिजे. आता हीच आपली जीवनरीत आहे, हे सिद्धार्थला मनोमन पटले होते.

आपला अहं हा नेहमीच स्वतःच्या बंधनात व भ्रमात अडकलेला असतो. खरे तर तो इतका अडकलेला असतो की त्यातून सुटका करून घ्यावी, असे आपल्या मनातही येत नाही. आणि जरी मनात आले तरी आपण ते फारसे मनावर घेत नाही. एकूणच, मनाचा-अहंचा व्यापार कोणताही असो, स्वतःची मुक्तता करणे, हे अहमला सर्वस्वी अशक्य होऊन बसते. मग तो स्वतःच निर्माण केलेल्या रिंगणातच फिरत राहतो. अगदी थकेपर्यंत! अहंकाराविरुद्धचे धर्मयुद्ध प्रत्येकाला अध्यात्ममार्गावर लढावेच लागते. प्रारंभी ज्ञानाचे प्रदर्शन व कठोरपणा या साऱ्यांमुळे सारा अहंकार काहीसा मागे सरला होता. मागे सरुन तो सिद्धार्थमध्ये स्थिर झाला आणि वाढीस लागला. सिद्धार्थला असे वाटले की उपवास आणि तपसाधना यांच्या सहाय्याने तो आपल्यातल्या या अहंकाराला नष्ट करू शकेल. पण त्याचे भयंकारी दर्शन झाल्यावर सिद्धार्थच्या मनात आले की कोणताही गुरु आपल्या शिष्याला मुक्त करू शकत नाही, शकणार नाही. शिष्याला स्वतःलाच ते साधावे लागते. त्या भौतिक जगतातील वासना, पैसा, स्त्रीभोग आणि भय यांना सिद्धार्थ हळूहळू बळी पडत गेला. सिद्धार्थने केलेला व्यापार, त्याचे जुगारी होणे, सारी साधना बाजूला सारत मांसभक्षण करणे, दारु पिणे तसेच अत्यंत स्वार्थीपणाने जगणे, या साऱ्या गोष्टीत त्याचा अहं अधिकाधिक पुष्ट होत जात होता.

आपल्या स्वतःत होत असलेल्या बदलांबाबत सिद्धार्थ स्वतः बराच वेळ विचार करू लागला. आपल्या हृदयाची कथा तो बराच वेळ ऐकत राहिला. जेव्हा माणसाच्या मनात आंतरिक स्पष्टता वा शुद्धता असते, तेव्हा त्याच्या हातून जे जे घडते, ते ते योग्यच असते.

सिद्धार्थचा सारा अहं आता त्या नदीतीरावर येऊन मरण पावला होता. आपल्या आत असलेल्या रितेपणाकडे सिद्धार्थ ताठपणाने आता पाहू शकत होता. आपल्या आतल्या वयस्क, थकलेल्या आणि निराश झालेल्या अशा अहंकारी भागाचा मृत्यू झाल्यामुळे एक प्रकारचे नवजीवन सिद्धार्थला प्राप्त झाल्यासारखे वाटले. जीवनाचे प्रवाहित्व खऱ्या अर्थाने प्रत्ययाला आल्यामुळे सिद्धार्थला त्या नदीबद्दल प्रेम वाटू लागले. इतकेच नव्हे तर, त्या नदीजवळ काही काळ राहावे असाही विचार त्याच्या मनात स्थिर होऊ लागला.

९

नावाडी

सिद्धार्थने असा विचार केला की, आपण आता या नदीकाठीच रहायला हवे. पूर्वी हीच नदी ओलांडून आपण पैलतीरी गेलो होतो. ज्या नावाड्याने मला पैलतीरी नेले, तो खरोखरीच एक सात्विक प्रकृतीचा सज्जन माणूस होता. सगळ्यात आधी आपण त्याची भेट घेतली पाहिजे. खरे तर, त्याच्याकडून पुढे गेल्यानंतर आपल्या आयुष्यात एक नवे पर्व सुरू झाले. ते पर्व आता संपले आहे. आता ती जुनी कात टाकून संपूर्ण नव्याने जगायला हवे. या क्षणी आपण त्या नावाड्याला, वासुदेवाला पुन्हा भेटले पाहिजे.

सिद्धार्थ कितीतरी वेळ नदीच्या वाहत्या प्रवाहाकडे पाहत होता. ते नितळ होते, पण फारसे खोल नव्हते. त्यामुळे तळाशी असलेल्या छोट्या वनस्पती सहजपणे बाहेरुन दिसत होत्या. नदीच्या तळाकडून बुडबुडे वर येत होते, ते पाहून त्याच्या मनात आले की, नदी तिच्या हजारो डोळ्यांनी माझ्याकडे पाहते आहे. त्या खळाळत वाहणाऱ्या नदीकडे

पाहून त्याचे मन एकदम प्रसन्न झाले. बस, नदीचे हे संगीत ऐकत असेच बसून राहावे. तास न तास! इतक्या अलिप्तपणे काठावरुन आपल्या जीवनाकडे, समग्र कालप्रवाहाकडे पाहता येईल?

गेल्यावेळी वासुदेव आपल्याला म्हणला होता, 'निसर्ग हा आपल्याच जीवनाचा एक भाग असून, आपण बीजातून, पृथ्वीतून वाढलो आहोत. निसर्गाशी सख्य साधत, त्याचा हिस्सा बनायला हवे! आपण या सगळ्यांचे घटक आहात, ही भावना जागवायला हवी! जेव्हा तुम्हाला, निसर्गाशी असलेल्या संबंधातील संपूर्णाची, एकत्वाची जाणीव होईल, तेव्हाच तुमचे विश्वाशी नाते जडेल!' खरेच आहे ते. वाहत्या प्रवाहात आपण निसर्गाशी असलेले नाळेचे नाते विसरत चाललो आहोत.

नदीच्या त्या खळाळणाऱ्या प्रवाहाकडे पाहताना एके क्षणी सिद्धार्थला आपल्या वडिलांचे शब्द आठवले : नदी नेहमीच अथकपणे, अनंत काळापासून वाहते आहे. तरीही ती तिथेच आहे. तिच्यातले पाणी कायम पुढे जात असल्याने नदी नित्य नूतन असते. जीवन हे असेच एखाद्या नदीसारखे - सतत प्रवाही, सतत नव्या वाटा चोखाळणारे, शोधक, प्रेरक, प्रसंगी काठावरुनही ओसंडून वाहणारे आणि मुख्य म्हणजे आपल्या पाण्याने प्रत्येक खबदाड व भेगा भरुन काढणारे असते. इतकेच नव्हे तर, त्या प्रवाहाला सतत अधिक व्यापकतेकडे व अधिक खोलपणाकडे जाण्याची विलक्षण ओढ असते. आपले मनही जीवनाबरोबर संपूर्णपणे गतिमान असते, कालरहितपणे पुढे पुढे जात असते - असे मन सुखी असू शकते, तेच नित्य नूतन असते आणि सृजनशीलही! खरे जीवन - जे जीवन अस्थिर असते, सतत बदलत असते, ज्यात अतिशय असामान्य जोश आणि सौंदर्य असते - ते जीवन

आपण निसटून जाऊ देतो. अर्थात हे ज्याला कळले तो नेहमीच सार्थपणे जगू शकेल!

बराच वेळ सिद्धार्थ त्या नदीच्या पात्राकडे पहात होता. पाहताना एके क्षणी मात्र त्याला आपल्या पोटातल्या आगीची आठवण झाली. अशक्तपणामुळे शरीराचा जाणारा तोल कसाबसा सावरत, तो नदीकाठाने सावकाश चालायला लागला. घाटाजवळ पोचला, तेव्हा नाव निघण्याच्या बेतात होती. फार पूर्वी ज्या नावाड्याने त्याला नदी ओलांडून दिली, तोच नावाडी, वासुदेव आत्ता नाव वल्हवणार होता. त्याचे वय जरी झाले असले, तरी त्याच्या चेहऱ्यावरचे तेज काही नाहिसे झाले नव्हते.

सिद्धार्थने त्याला विचारले, ‘तू मला पैलतीरावर घेऊन जाशील?’

त्या नावाड्याने क्षणभर सिद्धार्थकडे पाहिले. त्याचा तो ऐटदार पोशाख पाहून त्याला थोडे आश्चर्य वाटले.

सिद्धार्थने त्याला हसून अभिवादन केले. त्या नावाड्याचे डोळे मिस्किलपणे हसत होते.

एके क्षणी सिद्धार्थने त्याला विचारले, ‘तू किती भाग्यवान आहेस? मला तुझा फार हेवा वाटतो. तू नेहमीच या नदीच्या, वाहत्या पाण्याच्या सोबत असतोस! या पाण्याच्या सहवासात राहायला मिळणं आणि सतत पाण्यातून प्रवास करणं, ही खूप चांगली गोष्ट आहे, नाही?’

‘खरंच आहे ते. नदीच्या कुशीत माझे आजवरचे सारे जीवन फुलले. माझे सगळे आयुष्य या नदीच्या प्रवाहासोबतच मी व्यतीत केले आणि आता या वृद्धापकाळीदेखील मी माझे जीवन इथेच, या प्रवाहात विसर्जित करणार आहे.’

'वासुदेवा, तू किती छान बोलतोस तू?'

'तुला माझं नाव कसं ठाऊक आहे.'

'गेल्यावेळी याच नावेतून तू मला पैलतरी पोचवलं होतंस! तुझ्याबरोबर झालेला त्यावेळचा संवाद, त्यातला शब्द न शब्द अजूनही मी विसरलो नाही. या नदीच्या सहवासात मला जर रहायला मिळालं, तर मी माझं उर्वरित सारं आयुष्य नदीवरुन ओवाळून टाकीन!'

'असं तू आत्ता म्हणतो आहेस. पण लवकरच तुला या जीवनरीतीचा कंटाळा येईल! मुख्य म्हणजे तुझ्यासारख्या महाजनांसाठी याचा काहीही उपयोग नाही. दुसरं असं की, हे जीवन तुला एकसूरी वाटेल!'

त्यावर सिद्धार्थ त्या वासुदेवाला म्हणाला, 'आपण नेहमीच समोरच्या व्यक्तीच्या कपड्यावरुन त्याच्या जीवनाचा, व्यक्तिमत्त्वाचा अंदाज बांधत असतो. या महाजनी भपकेबाज पोशाखाच्या आत माझ्या अंतर्मनाची हाक काही वेगळीच आहे. कदाचित ती तुला कळेल!'

'मी ते केंव्हाच ओळखलं होतं. आपण आपल्या अंत:प्रेरणेनुसार कधी जगतच नाही. आपल्या आतल्या आत्म्याची हाक काय आहे, हेच आपल्याला माहित नसतं!'

'ठरलं तर! माझे आत्ताचे हे महाजनी, भपकेबाज कपडे मी उतरवून ठेवतो. ते तू घे आणि तुझा, या नावाड्याच्या वाहत्या जीवनाचा सुखी सदरा तू मला दे!'

'तू माझी थट्टा करतो आहेस का?'

'नाही, मी मोठ्या गंभीरतेने बोलतो आहे. खरं सांगू, मला माझं जुनं आयुष्य या वस्त्रांप्रमाणे उतरवून ठेवायचं आहे. त्याकडे मागे वळून पाहण्याची माझी मुळीच इच्छा नाही.'

'तू ते बघूही नकोस! कारण जेवढा तू मागे वळून पाहशील, तेवढा अधिक अडकत जाशील. भूतकाळाच्या दडपणातून मुक्त होऊन, व्यक्ती जेव्हा वर्तमानाचा अनुभव वर्तमान म्हणून घेऊ शकते, तेव्हाच ती खऱ्या अर्थाने स्वतंत्र असते. तुझ्यासारख्या साधूला मी हे सांगावं म्हणजे...'

'तुम्ही मला ओळखलंत?'

'हो. वीस वर्षांपूर्वी माझ्या या नावेतून तू प्रवास केला होतास ना? त्यावेळी तू साधूच्या वेषात होतास. सतत काही ना काही शोधत असलेला एक भ्रमणशील व अस्वस्थ संन्यासी असा वाटलास तू मला! आता तुझ्यात त्या जीवनाचा थेंबभरदेखील काही मागमूस राहिलेला नाही.'

'वासुदेवा तू अगदी योग्य तेच बोलतो आहेस. माझे अध:पतन मला आता पाहवत नाहीये. म्हणूनच म्हणतो, अंगावरची ही वस्त्रे मी उतरवून ठेवतो. तू मला कमरेला गुंडाळण्यापुरतं एक वस्त्र दे. मला तुझ्या हाताखाली काम करायचे आहे. कारण मला होडी वल्हवायला येत नाही. ती कला मी तुझ्याकडून शिकेन! गेल्यावेळी तुला द्यायला माझ्याकडे काही पैसे नव्हते. पण आज, कृपाकरुन माझ्याकडे पैसे न मागता तू हे सारे कपडे घे!'

'अरे वेड्या या कपड्यांचं मी काय करू? तुला खरोखरीच नव्याने जगायची इच्छा असेल, तर तू कपडे या वाहत्या नदीला अर्पण करुन टाक!'

दुसऱ्याच क्षणी सिद्धार्थने आपल्या अंगावरचे सारे कपडे उतरवून त्या वाहत्या प्रवाहात विसर्जित करुन टाकले आणि त्या वासुदेवाकडून कमरेला गुंडाळण्यापुरते एक वस्त्र त्याने घेतले.

एके क्षणी वासुदेव त्याला म्हणाला, 'आता तू आज माझ्या

झोपडीत राहिलास, तर मला विलक्षण आनंद होईल. घरी गेल्यावर तू कुठून आलास, ह्या मधल्या काळात असं काय घडलं की ज्यामुळे तुला या कपड्यांचं ओझं झालंय, ते तू मला सविस्तरपणे सांग.'

सिद्धार्थने आनंदाने त्या वासुदेवाचे आमंत्रण स्वीकारले. बोलता बोलता वासुदेवाचे होडी वल्हवण्याचं काम सुरू होते. वृद्ध असूनही रोजच्या सवयीने व मोठ्या सहजतेने तो ती होडी वल्हवत होता. होडी वल्हवत असताना त्याच्या हाताच्या फुगलेल्या शिरा सिद्धार्थला प्रकर्षाने जाणवत होत्या. ती लहानशी होडी झपाट्याने पाणी कापत वेगाने पुढे जात होती. नदीच्या काठावर पोचल्यावर दोघांनी मिळून ती नाव तिथल्या खांबाला बांधून ठेवली. झोपडीत गेल्यावर दोघांनी भाकरी आणि काही आंबे खाल्ले. दोन दिवसांच्या पूर्ण उपवासानंतर केलेल्या यथेच्छ जेवणानंतर सिद्धार्थला मोठे समाधान लाभले.

वातावरणात हळूहळू अंधार दाटत होता. नंतर ते दोघेजण नदीच्या काठी एका ओंडक्यावर बसले. सिद्धार्थने वासुदेवाला आपल्या लहानपणापासूनची सगळी कहाणी ऐकवली. आपल्या आयुष्यातले आनंदाचे, दुःख-वेदनेचे सारे प्रसंग कुठलाही आडपडदा न ठेवता त्याने वासुदेवाला सांगितले. बराच वेळ सिद्धार्थ बोलत होता आणि वासुदेव त्याचे बोलणे मोठ्या उत्कंठतेने हृदयाच्या तळापासून ऐकत होता. सिद्धार्थ बोलत असताना वासुदेवाने मध्ये एकही शब्द उच्चारला नाही. फक्त त्याच्या बोलण्याला सर्वोच्च प्रतिसाद दिला.

बोलण्याच्या ओघात सिद्धार्थच्या लक्षात आले की, परिपूर्ण श्रवण करण्याची कला वासुदेवाने अवगत केलेली आहे. खरे तर, अशी कला

फारच थोड्या जणांकडे असते.

न राहून सिद्धार्थने श्रवणाच्या गुणवत्तेबद्दल वासुदेवाला काही प्रश्न विचारले. वासुदेवानेही त्याला श्रवणाचे रहस्य हळूवारपणे उलगडून दाखवले. 'सर्वोत्तम श्रवण वाहत्या जीवनाचे व व्यक्तीच्या अंतरंगाचे साक्षात्कारी दर्शन घडवत असते', असे वासुदेव त्याला म्हणाला. पुढे तो असेही त्याला म्हणाला की, 'श्रवण ही एक मोठी कला आहे. ज्याला खरोखरीच श्रवण करावयाचे असेल, त्याने आपले सर्व पूर्वग्रह सोडून दिली पाहिजेत. तुम्ही श्रवण कसे करता याला खूप महत्त्व आहे. तुम्ही एकतर शब्द, पसंती–नापसंती दर्शवत, बौद्धिकदृष्ट्या ऐकता किंवा भाष्य करणाऱ्या मनाने ऐकता किंवा तुम्ही जे ऐकता त्याचे तुमच्या विशिष्ट पूर्वग्रहानुसार अर्थ लावत ऐकता! जे बोलले जात आहे, त्याचा स्वीकार व अस्वीकार किंवा धिक्कार न करता, ध्यान देऊन, मनापासून श्रवण करू लागलात, तर कदाचित आपल्यामध्ये संवाद प्रस्थापित होईल. आपण पूर्णपणे, समग्रतेने श्रवण करू शकतो का, हा खरा प्रश्न आहे. श्रवणाची क्रिया म्हणजे जे सत्य आहे, त्याचे प्रत्यक्ष दर्शन असते. अशा प्रत्यक्ष दर्शनातच एक कृती असते. श्रवण करणे वा शिकणे हे पूर्ण अवधानाच्या, नि:शब्दतेच्या अवस्थेतच होऊ शकते. खरा संवाद, खरे संभाषण नि:स्तब्धतेच्या अवस्थेत होत असते. जेव्हा दोन माणसे आपले मन, आपले अन्त:करण, आपले डोळे, आपले कान हे सर्व मिळून गंभीरपणे काही समजून घेण्याचा प्रयत्न करतात, तेव्हा तेथे एक वेगळ्या प्रतीची निस्तब्धता अवतरते. तेव्हाच तेथे संवाद घडतो. एकूणच, अर्थभेद न करता, कोणतेही पूर्वग्रह मध्ये न आणता, मूळ गोष्टीस कलाटणी न देता, आपण श्रवण करायला शिकले पाहिजे.'

वासुदेवाचे बोलणे ऐकल्यानंतर सिद्धार्थने त्याला साष्टांग प्रणिपात

केला. त्यावर वासुदेवाने हसत हसत त्याच्या डोक्यावर हात ठेवत, त्याला शुभार्शीवाद दिला.

काही वेळ शांततेत गेल्यानंतर वासुदेव त्याला म्हणाला, 'तू या नदीला अंत:करणापासून श्रवण कर! मग त्या प्रवाहातून तुला ॐकाराचा नाद ऐकू येईल. अर्थात त्यासाठी नदीविषयी तुझ्या मनात अपार निष्ठा व प्रेम असले पाहिजे. नदी माझ्याशी तास न तास बोलते. तुला सांगू, या नदीचे माझे नाळेचे नाते आहे. मी या नदीच्या कुशीत वाढलो. नदीचा हा खळाळता प्रवाह मला समग्र जीवन जगण्याच्या कलेविषयी खूप काही सांगतो. तू या नदीला शरण जा! तिचे बोलणे नीट ऐक! तिच्या प्रवाहात तुला साऱ्या जगरहाटीचे दर्शन घडेल! श्रवणाची कला मी नदीकडूनच शिकलो. तू मात्र आता नदीच्या प्रवाहात उतरलं पाहिजेस. त्या पात्राची खोली तुला आजमावली पाहिजे. शांत, नि:शब्द मनाने तू नदीकडे पाहिलंस, तर तुला नदीचा तळ स्वच्छपणे दिसेल. म्हणूनच म्हणतो निरीक्षणशील रहा! कधी कधी निवांतपणे काठावर बसून तू झाडे, पाखरे, माणसे, तारे, आणि ही सतत प्रवाहित असलेली नदी बघत बस! अरे, तू नावाडी होणार आहेस, हे देखील मला या नदीनेच सांगितलं!

तुला एक सांगू, नदीने मला एक मोठी गोष्ट शिकवली आणि ती म्हणजे, सारे जीवन मूलत: अतिशय असुरक्षित आणि अशाश्वत असते. काहीही टिकत नाही. जीवन हे सतत तेच ते राहत नाही. झाडावरुन गळून पडणाऱ्या पानासारखी प्रत्येक गोष्ट अशाश्वत आहे. म्हणून जीवन वस्तुत: जसे आहे, तसेच आपण स्वीकारायला हवे! सर्वसामान्य लोक अशाश्वताच्या, सुरक्षिततेच्या आणि डबक्यातल्या जीवनाच्या मागे

लागतात. खूप गोष्टी संपादन करतात. जीवनाच्या-नदीच्या ओघापासून दूर असे साचलेल्या पाण्याचे डबकेच बहुतेकांना हवेसे असते. तू या डबक्यात काही वर्षे राहून आलेला आहेस. या डबक्यातच तू कमलेसोबत होतास. कामस्वामीही तुला त्या डबक्यातच भेटले. त्या साचलेल्या पाण्यात, डबक्यात राहून तू खऱ्या जीवनापासून तुटून गेलास. अरे नदीचा असो वा जीवनाचा असो, प्रत्येक प्रवाह सतत अधिक व्यापकतेकडे व अधिक खोलपणाकडे जात असतो. तुझ्या त्या छोट्या डबक्यात असा प्रवाह कुठून येणार? तू ते साचलेले डबके सोडून मुख्य नदीच्या प्रवाहात आल्यामुळेच मी तुझे मनापासून स्वागत केले. जीवनाने व चैतन्याने ओसंडून वाहणारी नदी तुझ्या बाजूनेच वाहत आहे. पण ते तुझ्या कधी लक्षात आलं नाही. एका अंतर्मुख क्षणी तुला तुझ्या तुंबलेल्या, सडक्या अस्तित्वाची जाणीव झाली. ह्या जाणिवेनेच तुझ्यात खरी सूज्ञता येत गेली. बेटा, आपल्या आत व बाहेर काय घडते आहे, याचे आकलन करुन घेणे, फार फार महत्त्वाचे असते. आत्मशोध घेणाऱ्याला जेव्हा स्वत:चे नेमके आकलन होते, तेव्हाच आपल्या साऱ्या जीवन प्रवासाला खरे शहाणपण प्राप्त होते. असे शहाणपण, की जे इतर कोणाकडून आपल्याला शिकता येणार नाही. सत्याची वाट ही ज्याची त्यालाच तुडवावी लागते. असो. बरीच रात्र झाली आहे. तू झोप आता! सर्व काही तुला एकाच दिवसात कळायला नको आहे. तुझ्यासारखा श्रीमंत आणि सुखासीन आयुष्य जगणारा माणूस, हा आपल्या सर्व वस्त्रांचा त्याग करुन नावाडी होणार आहे, हे मला नदीकडूनच कळलं! लवकरच तुला दुसरी गोष्ट समजेल!'

'कोणती ती?'

'ते मी तुला सांगणार नाही. नदीच तुला सारे काही सांगेल. तू थोडा

धीर धरायला हवास! या नदीकडून तुला बऱ्याच गोष्टी शिकायच्या आहेत. तू या नदीशी मैत्री कर! मी लहानपणापासून नदीच्या समवेत वाढलो आहे. माझ्याकडे आज जे काही शहाणपण आहे, ते नदीकडूनच मला मिळालेले आहे. नदी नेहमीच पवित्र व पूजनीय असते. मी काही तुझ्या इतका शिकलेलो नाही. मला तुझ्या इतका विचार करता येत नाही. पण मी छानपैकी श्रवण करू शकतो आणि जे आहे ते पाहू शकतो. शुद्ध निरीक्षण करण्याची कला माझ्याकडे आहे.'

'शुद्ध निरीक्षण?'

'आपले कुठलेही मत, निष्कर्ष, निर्णय, दृष्टी, पूर्वग्रह, आग्रह मध्ये न आणता पाहण्याची कला मला या नदीनेच शिकवली. विचारांच्या हालचालीशिवाय अवधान देण्याची, पाहण्याची कला मी या नदीकडून आत्मसात केली. मी आजवर हजारो लोकांना नदीपलीकडे नेलेले आहे. त्यांच्या दृष्टीने ही नदी म्हणचे प्रवासातला एक अडथळा! व्यापार, लग्न, तीर्थयात्रा अशा विविध कारणांसाठी प्रत्येकाला नदी ही पार करावीच लागते. माझं काम म्हणजे त्यांना ही नदी पार करायला मदत करणे! फारच थोड्या जणांना नदीशी बोलता येतं! असो. जा आता, निजायला जा!'

असे दिवस जात होते. मधल्या काळात वासुदेवाकडून आणि नदीकडून बऱ्याच गोष्टी सिद्धार्थ शिकला. मुख्य म्हणजे वासुदेवाप्रमाणेच नदीशी संवाद साधण्याची कला, त्याने आपल्या साधनेने आत्मसात केली. जेव्हा होडीने जाण्यासाठी प्रवासी नसतील, तेव्हा तो वासुदेवाबरोबर भाताच्या शेतात काम करणे, सरपण गोळा करणे,

केळ्याच्या झाडावरून केळ्यांचे घड काढणे इत्यादी कामे करीत असे. अशा नवनवीन गोष्टी शिकायला मिळाल्यामुळे सिद्धार्थ खूप आनंदात होता. दिवस भराभर चालले होते. नदीकडून सर्वात मोठी गोष्ट तो शिकला आणि ती म्हणजे श्रवणाची कला! कोणत्याही प्रकारचे मापन, तुलना न करता, विचारांच्या हालचालींशिवाय ऐकणे, समोरच्याला सर्वांगाने समजून घेणे, आता सिद्धार्थला हळूहळू जमू लागले. मन जेव्हा कशात गुंतलेले नसते, तेव्हा ते विलक्षण मुक्त असते. असे मनच सौंदर्य पाहू शकते. दुसरे म्हणजे आपण जसे आहोत, तसे स्वत:ला पाहणे म्हणजे आपल्यात मूलग्राही बदल घडवून आणणेच असते.

वासुदेव आणि सिद्धार्थ हे आता चांगले मित्र झाले होते. वासुदेव तसा अबोल होता. सिद्धार्थने एकदा वासुदेवाला विचारले, 'काळ अस्तित्वात नाही, हे देखील तुला नदीनेच शिकवले का?'

'हो. नदी एकाच वेळी विविध ठिकाणी अस्तित्वात असते. उगमाजवळ, मुखाजवळ, धबधब्यात, होडी नांगरतो तेथे, सखल मैदानात, पर्वतात आणि इतर सर्व ठिकाणी. तिच्यासाठी फक्त *आत्ता आणि इथे* अशीच स्थिती असते.'

'नदीच्या सहवासात आता मला हे हळूहळू कळू लागले आहे.'

'अजून तुला बरंच काही शिकायचं आहे. आपलंही आयुष्य या नदीप्रमाणंच प्रवाही असतं! अरे, 'हा 'उद्या' मुळी नसतोच. जर उद्या असेल, तर त्याविषयी चिंता करणे तुम्ही बंद करणार नाही. किंवा इथे 'काल' असाही काही नाही. आपल्या हातात जो काही आहे, तो वर्तमान क्षण–'आत्ता आणि इथे'. आणि हा अनुभव म्हणजे साक्षात चमत्कार

म्हणावा लागेल. जर इथे कालही नसेल, उद्याही नसेल आणि ह्या आत्ताच्या क्षणी जर मौन धराल, शुद्ध निरीक्षण कराल, जे आहे ते न नाकारता जे आहे त्या समवेत रहाल, तर तुझ्या सर्व चिंता नाहीशा होतील. साऱ्या कल्पना, सारी स्वप्ने आणि भविष्याकडे धावणेही नाहीसे होईल. आपण *आत्ता आणि इथे* कधीच नसतो. नेहमीच दुसरीकडे कुठेतरी असतो. तसं नसेल, तर सर्व प्राप्त होऊ शकतं. म्हणून स्वतःला 'ह्या क्षणी' उपस्थित ठेव आणि मग काय होतं आहे ते पहा!'

वासुदेवाने कथन केलेल्या आणि सदैव नदीपासून प्रतीत होणाऱ्या या नवनव्या बोधाने सिद्धार्थ अक्षरशः हरखून गेला.

'कालचे, उद्यातले मध्यंतर आपणच आपल्याला विचारातून निर्माण करतो. हे मध्यंतर म्हणजेच काल होय. जोपर्यंत विचाराने निर्माण केलेले हे काळाचे मध्यंतर असते, तोपर्यंत शोक, दुःख ही असणारच व सदोदित भयही वाटत राहणार!'

एका अनामिक आनंदाने सिद्धार्थ वासुदेवाचे बोलणे मनापासून ऐकत होता आणि त्यातला शब्द न शब्द हृदयात साठवून ठेवत होता. एके क्षणी वासुदेवाने सिद्धार्थच्या खांद्यावर थोपटले आणि तो आपल्या कामाकडे वळला.

नदीच्या खालच्या काठावर सिद्धार्थ आपला एकटाच उभा होता. ती नदी फारशी रुंद नव्हती. दुसऱ्या काठावरील काही लोक त्याला दिसू शकत होते. त्यांच्यातील मोठ्या आवाजत होणाऱ्या गप्पाही तो

जवळपास ऐकू शकत होता. पावसाळ्यात नदी समुद्राच्या पाण्याला मिळत असे, अनेक दिवसांपासून पाऊस चालू होता. नदी बाजूच्या वाळूत शिरली होती आणि वाट पहाणाऱ्या समुद्राकडे निघाली होती. मुसळधार पाऊस पडल्यानंतर, ती पुन्हा स्वच्छ झाली आणि तिच्यात सहजपणे पोहणेही आता जमू लागले. नदीचे पात्र एका लहानशा बेटाला सामावून घेण्याइतपत मोठे होते. ती अतिशय प्रसन्न आणि स्नेहपूर्ण वाटणारी नदी होती आणि विशेषत: त्या सायंकाळी सिद्धार्थला तशी वाटत होती.

बोलता बोलता ऐके क्षणी वासुदेव सिद्धार्थला म्हणाला, 'ही नदी अनेक आवाजात बालते, नाही का? तिचा आवाज कधी राजासारखा, कधी योद्ध्याचा तर कधी माजलेल्या बैलाचा, कधी रात्री बोलणाऱ्या पक्ष्याचा, कधी प्रसूतिवेदना सोसणाऱ्या स्त्रीचा तर कधी विव्हळणाऱ्या माणसाचा असतो. नदीचे आणखीही असे हजारो आवाज आहेत.'

'तू म्हणतो आहेस, ते मला पटते आहे. सर्व प्राण्यांचे आवाज हे या नदीच्या आवाजात आहेत. पण हे सगळे आवाज एकत्र होऊन ऐकायला आले तर?'

त्यावर वासुदेव मोकळेपणाने हसला आणि त्याने मोठ्या गंभीरतेने ॐकाराचा उच्चार केला. कालांतराने सिद्धार्थचे हसणे वासुदेवाच्या हसण्यासारखे व्हायला लागले. तेजस्वी, ईश्वरी आशीर्वादाने परमानंद झाल्यासारखे निरागस, निर्व्याज हास्य सिद्धार्थच्या चेहऱ्यावर आता विलसत होते! बऱ्याच प्रवाशांना या दोन नावाड्यांना पाहून वाटे की ते अगदी भाऊभाऊ आहेत. बऱ्याचदा ते दोघे संध्याकाळी नदीकाठच्या त्या ओंडक्यावर बसत आणि काहीही न बोलता फक्त नदीचे संगीत ऐकत! ती नदी म्हणजे त्यांच्यासाठी केवळ पाण्याचा प्रवाह नव्हता, तर

काही तरी शाश्वत निर्मितीच्या वेळेस तयार होणारा तो ध्वनी होता. ते असे नदीकाठी बसून नदीचे गाणे ऐकत असताना, त्या दोघांच्या मनात कुठलाच विचार रेगाळत नसायचा!

पुढे पुढे सिद्धार्थच अधिकतर तर होडी चालवू लागला. कारण वृद्धापकाळामुळे वासुदेवाला ते जमतही नव्हते. होडीत बसणारे लोक नानातऱ्हेचे प्रश्न, आपल्या समस्या सिद्धार्थसमोर मांडत असत आणि सिद्धार्थही त्यांना योग्य अशी उत्तरे देत असे. एक गोष्ट मात्र खरी की सिद्धार्थच्या जीवनदृष्टीला आता समग्रता प्राप्त होत होती. लोकांना मदत करण्याचा हा एकमेव मार्ग आहे, म्हणजे त्यांच्याबरोबर त्यांच्या समस्येवर चर्चा करुन त्यांच्या मनात स्पष्टता आणणे. तरच त्यांना सत्याचे प्रत्यक्ष दर्शन होऊ लागेल. सिद्धार्थ नेहमीच एका आंतरिक अवधानाच्या स्थितीत रहात होता. जीवनाबद्दल आपल्या आत जेव्हा आपण सतत अवधान साधतो, तेव्हा स्थल-कालाच्या मर्यादांचे अस्तित्वच उरत नाही, याची प्रचिती सिद्धार्थला हळूहळू येऊ लागली होती.

बोलता बोलता वासुदेव सिद्धार्थला म्हणाला, 'भूतकाळ म्हणजे स्मृतींचा परिपाक, परिणाम आहे. ती एक मृत वस्तू आहे. स्मृतींचा भार वाहावयाचे आपण थांबवले की मग भूतकाळाच्या मर्यादा उरतच नाहीत. थोड्या फार फरकाने भविष्यकाळाबद्दलही ते खरे आहे. भविष्याचा किंवा भूतकाळाचा विचार करणे, हा केवळ बौद्धिक जिज्ञासेचा परिणाम आहे. सिद्धार्थ, खरोखरी ज्याला महत्व आहे आणि ज्याला वास्तविकता आहे तो असतो चालू वर्तमानकाळ! जीवन जगणे आणि प्रत्येक क्षणाचे मोठ्या दाक्षिण्यशीलतेने स्वागत करीत, त्याला सर्वोच्च प्रतिसाद देणे सर्वात महत्वाचे असते.'

वासुदेवाच्या सहवासात व संवादात राहून सिद्धार्थची जीवनधारा अधिकाधिक परिपक्व-परिणतप्रज्ञ होत होती. जणू काही त्याला त्याचे अंतिमस्वरुप मिळाले आहे अशी! विचारातील स्पष्टताच दु:खाच्या मूळ कारणांचे आकलन करुन घेण्यास उपयोगी पडते आणि त्यातूनच माणसाला मुक्तता, स्वातंत्र्य मिळत असते.

मध्ये बरीच वर्षे गेली. एक दिवशी तीर्थयात्रेला निघालेले बौद्ध साधू गौतम बुद्धाचे अनुयायी, नदीकाठी आले. त्यांना नदीपलीकडे जायचे होते. ते त्या नावाड्याला, सिद्धार्थला म्हणाले, 'आमचे महान गुरू कमालीचे आजारी आहेत आणि कुठल्याही क्षणी ते देह ठेवतील अशी परिस्थिती आहे. हा आमच्या गुरुंचा शेवटचा मानवी जन्म आहे. त्यानंतर ते मुक्त होणार आहेत.'

तेवढ्यात तिथे आणखी एक मोठा जथ्था आला. प्रत्येकाच्या तोंडी एकच विषय - गौतम बुद्ध आणि त्याचा जवळ आलेला मृत्यू! असे एकामागून एक लोकांचे समूह सगळ्या दिशांनी येत होते. त्यातला प्रत्येक जण बुद्धाच्या मुक्तीचा सोहळा पाहायला उत्सुक होता. त्या दिवसात सिद्धार्थच्या मनात सतत बुद्धाचे विचार घोळत होते. गौतमाच्या संभाव्य विरहाने सारे नगर आणि त्याच्या आसपासच्या खेड्यातील लोक दु:खी अंत:करणाने बुद्धाचे दर्शन घेण्यासाठी जीवाच्या आकांताने येत होते. अर्थात कमलाही त्याला अपवाद नव्हती. काही वर्षापूर्वीच ती गौतमाची अनुयायी बनली होती. आपल्या मालकीची बाग तिने गौतमाच्या संघातील साधूंना दान म्हणून दिली होती. कमला आपल्या मुलाला घेऊन बुद्धाकडे त्याच्या अखेरच्या दर्शनासाठी निघाली होती.

बुद्धाविषयी तिच्या मनात नितांत आदर होता. तिच्या सोबत चाललेला तो लहानगा मुलगा घरी परतण्यासाठी आपल्या आईकडे हट्ट करीत होता. त्याला भूकही लागली होती आणि विश्रांतीसुद्धा हवी होती. त्यामुळे त्याची आपल्या आईजवळ सतत भुणभुण सुरू होती.

चालता चालता कमला अचानक खाली कोसळली. तिच्या तोंडून एक भयाण किंकाळी फुटली. मुलाने घाबरुन तिच्याकडे पाहिले. त्याला आईचा चेहरा भयाने फिकट झालेला दिसला. तेवढ्यात तिच्या अंगावरच्या कपड्याखालून एक लहानसा काळसर साप बाहेर पडला. हाच साप तिला चावला होता. क्षणार्धात त्या मायलेकरांभोवती लोक जमा झाले. लोक मदतीसाठी टाहो फोडत होते. तो आवाज घाटावर उभ्या असलेल्या वासुदेवाच्या कानी गेला. त्याने ताबडतोब तिला उचलले आणि आपल्या झोपडीत नेले. तिचा मुलगा त्यांच्या पाठोपाठ धावत गेला. तेथे सिद्धार्थ चूल पेटवत होता. त्याने वर पाहिले आणि तो लहान मुलगा त्याच्या नजरेस पडला. मुलाचा चेहरा पाहिल्यावर सिद्धार्थच्या शरीरातून अचानक वीज गेल्यासारखे झाले. नंतर त्याने वासुदेवाच्या हातात बेशुद्धावस्थेत असलेल्या कमलेला पाहिले. क्षणार्धात सिद्धार्थला साऱ्यांचा उलगडा झाला. तो त्याचाच मुलगा होता.

वासुदेवाने कमलेला सिद्धार्थच्या अंथरुणावर झोपवले. त्याने कमलेची जखम धुतली. पण तो भाग काळानिळा झाला होता आणि सुजला होता. त्यांनी तिला औषध पाजल्यावर ती शुद्धीवर आली. डोळे उघडताच तिला सिद्धार्थचे दर्शन घडले. सिद्धार्थ इथे भेटणे हे तिला स्वप्नवत होते. सावकाशीने तिच्या लक्षात सगळे आले. तिने आपल्या मुलाला हाक मारली आणि सिद्धार्थकडे पाहून तिने बोलायचा प्रयत्न केला. विषामुळे तिची जीभ लुळी पडली होती. तिचे शब्द जड होत

होते. ती सिद्धार्थला म्हणाली, 'तू आता म्हातारा झालास. केसही पिकले. पण अजूनही तू साधूच आहेस. तू आम्हाला मागे टाकून पुढे निघून गेलास तेव्हाचा तू आणि आत्ताचा तू-दोघांमध्ये खूप फरक आहे. तुझे डोळे तसेच आहेत. मी सुद्धा आता खूप थकली आहे रे! आता मी यातून पुन्हा काही उठत नाही.'

सिद्धार्थने पाणावलेल्या डोळ्यांनी आपला हात तिच्या ओठांवर धरला. तो हात कसाबसा कमलाने आपल्या हातात घेतला आणि ती त्याला म्हणाली, 'तू मला, आपल्या मुलाला ओळखलंस? तो तुझाच मुलगा आहे.'

कमला बोलण्याचा प्रयत्न करीत होती, पण तिच्या तोंडून शब्द काही फुटत नव्हते. एके क्षणी तर तिच्या डोळ्यातले तेज हरवत गेले आणि तिचे डोळे मिटले गेले. तिचा मुलगा रडायला लागला. सिद्धार्थने त्याला आपल्या मांडीवर घेतले, थोपटले आणि फार पूर्वी, अगदी लहानपणी पाठ केलेली प्रार्थना त्या क्षणी त्याला आठवली. त्याने ती हळूवार आवाजात म्हणायला सुरुवात केली. त्याच्या स्वरांनी तो लहानगा मुलगा काहीसा शांत झाला. पण मधूनच तो हुंदका देत होता. वासुदेवाने चुलीवर भात शिजत ठेवला होता. सिद्धार्थने त्याच्याकडे पाहिले. उत्तरादाखल वासुदेवाने फक्त स्मित केले.

थोड्यावेळाने कमलाला शुद्ध आली. तिने खुणेनेच सिद्धार्थला जवळ बोलावले. सिद्धार्थ तिच्या जवळ गेला आणि मोठ्या करुणेने तिचा हात आपल्या हातात त्याने घेतला.

'तू ज्या शोधात आयुष्यभर भटकलास, ते तुला मिळालं का?'

त्याने हसून तिच्या हात मोठ्या प्रेमाने दाबला.

'मला खरं तर त्या महात्म्याच्या दर्शनासाठी जायचं होतं.

पण...तुझं दर्शन मला झालं आणि मला बुद्धाचे दर्शन झाल्यासारखेच समाधान मिळालं. आणखीन काय हवं आहे. तुझा मुलगा तुझ्या ओंजळीत ठेवला आहे. मला तुझ्यापासून एक मूल हवं होतं! ते मला मिळालं. आणखीन काही जीवनाकडे मागितलं, तर कृतघ्नताच ठरेल...'

हळूहळू कमलाचा आवाज शांत होत गेला आणि अखेर श्वास थांबल्याचे सिद्धार्थच्या लक्षात आले. त्याने न राहून वासुदेवाकडे पाहिले. वासुदेवाने त्याला नजरेनेच शांत होण्यास सांगितले.

कमलाचे सारे क्रियाकर्म केल्यानंतर सिद्धार्थ रात्रभर त्या नदीचा आवाज ऐकत तिच्या काठी बसून राहिला. एके क्षणी शेजारी बसलेल्या वासुदेवाला तो म्हणाला, 'सगळ्यांचे जीवन एकच आहे. मी आणि कमला कधी वेगळे नव्हतो आणि यापुढेही असणार नाही, हे या नदीनंच मला समजावून सांगितलं! ती पुढं असंही मला म्हणाली की, वाहत्या जीवनात-प्रवाहात खरे सौंदर्य, खरा आनंद असतो आणि तो कोणत्याही भौतिक घटनेने भंग पावणार नाही. क्षणजीवी घडामोडींनी क्षीण होणारी ती शक्ती नाही तर ते अजय, अविनाशी आणि शाश्वत असे प्रेम आहे. या जगात बरीच कुरुपता असली, तरी ऐहिकतेच्या पलीकडच्या जगात पहाटेचा ताजेपणा आणि सौंदर्य आहे. या दुःखाच्या फार आहारी जाऊ नको. ती तर गेली बिचारी! नव्या दिवसाच्या स्वागतला तू आता तयार रहा! तुला आता सभोवतालच्या कुरूपतेला उदात्त आणि सुंदर बनवायचे आहे.'

****

१०

सुपुत्र

या साऱ्या गदारोळात कमलेचा मुलगा अतिशय भेदरला. आल्या क्षणापासून तो सतत रडतच होता. रडतरडतच तो आईच्या प्रेतयात्रेला आणि अंत्यविधीला हजर राहिला होता. मुख्य म्हणजे तो अतिशय दु:खात होता. आसपासची सारी माणसे, प्रदेश पूर्णपणे अनोळखी असल्याने तो आणखीनच अवघडला होता. सिद्धार्थ मात्र त्याच्याशी आपला मुलगा या नात्याने जास्तीत जास्त जुळवून घेण्याचा प्रयत्न करीत होता. तो मुलगा आपल्या बापाबरोबर त्याच झोपडीत राहायला लागला. नंतरचे काही दिवस तो मुलगा, आईचा अंत्यविधी झालेल्या त्या नदीकाठी बराच वेळ नुसता बसून राही. कोणाशी मोकळेपणाने बोलत नसे. काही खायलाही तो तयार नव्हता. आपल्या आईचा मृत्यू झाला आहे आणि ती आपल्याला पुन्हा दिसणार नाही, भेटणार नाही, हे वास्तव स्वीकारणे त्याला खूप कठीण जात होते. तो इतर मुलांबरोबरही फारसा बोलायचा नाही.

आपल्या मुलाच्या दु:खी मन:स्थितीचा स्वीकार करुन सिद्धार्थने त्याला अगदी मोकळे सोडले होते. तो त्याला हवे ते करू देत असे.

आपला हा मुलगा आपल्याला पिता म्हणून कधी ओळखणार, त्याचे आणि आपले सूर कधी जुळणार, याची मोठी चिंता सिद्धार्थला लागून राहिली होती. हळूहळू सिद्धार्थला लक्षात यायला लागले की हा मुलगा अतिशय लाडावलेला मुलगा आहे. आई सांगेल तेच ऐकण्याची आणि आईला आपले म्हणणे ऐकायला लावण्याची त्याला सवय आहे. श्रीमंत घरातील व्यक्तींच्या असतात, तशा त्याच्या सवयी आहेत. चांगलचुंगलं खायची त्याला जन्मापासून सवय आहे.

सिद्धार्थकडे त्या मुलाला झोपायला मऊ बिछाना मिळणार नव्हता आणि त्याच्या आज्ञेप्रमाणे वागणारे नोकरही इथे नव्हते. आपल्या दुःखात चूर असलेला तो मुलगा, अचानक परक्या माणसांबरोबर आणि तेही गरिबीचे जीवन जगायला तयार होत नव्हता. अर्थात सिद्धार्थने आपल्या मुलावर कसलीच जबरदस्ती केली नाही. त्याच्यासाठी तो बरीच कामे करुन ठेवत असे. जास्तीत जास्त चांगले रुचकर जेवण त्याला मिळावे, यासाठी सिद्धार्थ आपल्या परीने प्रयत्न करीत होता. आपण सावकाशीने त्याचं मन जिंकून घेऊ, असा भाबडा आशावाद सिद्धार्थला वाटत होता.

खरे तर, हा मुलगा जेव्हा त्याच्याजवळ राहायला लागला, तेव्हा सिद्धार्थला कमालीचा आनंद झाला. पण जसजसे दिवस जायला लागले, तसतसे त्याला कळून चुकले की, आपण त्याच्यासाठी पूर्णपणे अपरिचित आणि अनोळखीच आहोत. तो मुलगा अतिशय मीपणाने वागणारा, हटवादी आणि दुसऱ्यांचे अजिबात न ऐकणारा असा आहे. त्याला कोणतेही काम करायला आवडत नाहीये. मोठ्यांना मान देण्याची त्याची वृत्ती-प्रकृती नाहीये. सिद्धार्थला हेही कळून चुकले होते की, ह्या मुलाने इथे आल्याबरोबर इथल्या शांततेचा भंग तर केलाच, पण आपल्याबरोबर दुःख आणि काळजी घेऊन हा आला.

बाकी काहीही असले तरी सिद्धार्थचा आपल्या मुलावर विलक्षण जीव होता आणि त्या प्रेमापोटी सारी दुःखे आणि काळजी स्वीकारण्याची

त्याची तयारी होती. त्याला, त्याच्या मुलाजवळ जास्तीत जास्त वेळ राहता यावे, यासाठी वासुदेवाने पुन्हा होडीतून माणसांची ने-आण करण्याचे काम करायला सुरुवात केली. सिद्धार्थ घरातले आणि शेतातले काम करायचा. तो आपल्या मुलाशी बोलण्याचा प्रयत्न करायचा, पण तो त्याच्याशी फारसा बोलत नव्हता! इतकंच काय पण तो त्याकडे साधा बघतही नव्हता!

असे बरेच महिने गेले. आपल्या मुलाने आपल्याला समजून घ्यावे, आपल्या प्रेमाला प्रतिसाद द्यावा, असे सिद्धार्थला मनोमन वाटत होते. अवतीभोवती घडणारी प्रत्येक गोष्ट वासुदेव अबोलपणे पाहत होता. एक दिवस तर कहरच झाला. एके संध्याकाळी त्या लहानग्या मुलाने सिद्धार्थला आणि वासुदेवाला खूपच त्रास दिला. सिद्धार्थने त्याला खूप काही समजून सांगण्याचा व त्याला समजून घेण्याचा प्रयत्न केला. पण तो आकांडतांडव करीतच राहिला. त्याने घरातले भाताचे दोन वाडगे फोडले. इतकेच नाही तर, घरातील बऱ्याच वस्तू इतस्तत: फेकून दिल्या.

त्या रात्री वासुदेवाने सिद्धार्थला नदीकाठी बोलावून घेतले. वासुदेव सिद्धार्थला म्हणाला, 'तू जरा शांतपणे माझ्याजवळ बैस! मला वाटतं, तू स्वत:चाच छळ करुन घेतो आहेस. तुझे दु:ख मला पाहवत नाहीये. आपल्या मुलाच्या वागण्यामुळे तुला होणारा त्रास मला दिसतो आहे. मला वाटतं की, तू हे समजून घ्यायला हवंस की, तो मुलगा वेगळ्या प्रकारच्या जगण्याला सरावलेला आहे. तो तुझ्यासारखा सुखासीन जीवनाला कंटाळून, ते आयुष्य मागे टाकून आपणहून इथे निघून आलेला नाही. हे गरीबीचे आयुष्य आपण त्याच्यावर लादतो आहोत. मी नदीला त्या मुलाबद्दल विचारलं. बऱ्याचदा विचारलं. पण ती आपल्या दोघांच्या

मूर्खपणाला हसते. पाण्याला पाण्याचीच ओढ असते. तरुणाला तरुणाशीच मैत्री करायला आवडते. एक मात्र खरे की, या ठिकाणी तुझ्या मुलाची भरभराट होणार नाही. मग त्याला कोणते ठिकाण आवडेल, हे तू त्या नदीला विचार!'

'तू म्हणतो आहेस, ते सारं मला पटतं आहे, पण मी त्याच्यापासून दूर कसा राहू? मला अजून थोडा वेळ दे, वासुदेवा! एक ना एक दिवस मी त्याचं मन जिंकून घेईन! त्याला इथं कमलेने आणला आहे. आज ती असती तर सारं काही सोपं झालं असतं, पण..? मला खात्री आहे, एक दिवस नदी त्याच्याशी नक्की बोलेल.'

त्यावर वासुदेव क्षणभर काहीच बोलला नाही. काही क्षणांनंतर तो त्याला म्हणाला, 'ठीक आहे, तू म्हणतोस तसं! त्याला इथं आणलं गेलं आहे, हे अगदी खरं आहे. अर्थात हा सुद्धा ह्या शाश्वताचाच एक भाग आहे. पण त्याला कशासाठी इथं आणलं गेलंय, हे आपल्याला कुठे ठाऊक आहे? त्याने कोणत्या मार्गानं जायचं, काय करायचं, कोणतं दुःख सहन करायचं, हे आपल्याला कुठे ठाऊक आहे का? त्याचं दुःख लहानसहान नाहीये. तो अत्यंत अहंकारी आहे. अशा लोकांना खूप दुःख सोसावं लागतं. त्यांच्या हातून खूप चुका घडतात. खरे तर, यातूनच पापांचा डोंगर तयार होऊ लागतो. सिद्धार्थ तू मला एक सांग, तू त्याच्यावर कधी जबरदस्ती करू शकणार आहेस का? त्याला धाकदपटशा करणार आहेस? ते तुला जमणार आहे का?'

'छे, मला ते शक्य होणार नाही. मी त्याच्यावर कसलीच आणि कोणत्याही प्रकारची जबरदस्ती करू शकणार नाही. त्याला मारणं तर दूरच! इतकंच नाही तर, मी त्याला कोणत्याही कारणाने शिक्षाही करू शकणार नाही. पण माझं त्याच्यावर प्रेम आहे, हे निश्चित! कदाचित माझं प्रेम त्याला बदलायला भाग पाडेल, कुणी सांगावं!

'अर्थात तुझं प्रेम त्याला कळलं तर! तो खूप लहान आहे, हे तुझ्या

लक्षात येतं आहे का? तू खोटी, भाबडी आशा बाळगतो आहेस.'

'मग मी करावं, असं तुला वाटतं?'

'त्याला तू त्याच्या आईच्या घरी घेऊन जा. तिथे त्याचे जुने नोकरचाकर अजूनही असतील. याला त्यांच्या ताब्यात देऊन तू परत ये. नाहीतर एखाद्या गुरुच्या घरी त्याला ठेव. तिथल्या समवयस्क मुलांमध्ये तो रुळेल! मुख्य म्हणजे त्याला आवडेल असे तिथलं वातावरण असेल. नाहीतर तू असं कर, या बाबतीत नदीलाच विचार! ती तुला योग्य सल्ला देईल.'

त्यावर सिद्धार्थ काहीच बोलला नाही. तो आपल्या ओलावलेल्या डोळ्यांनी झोपायला गेला. पण त्याला झोप काही आली नाही. त्याचे लक्ष जवळच झोपलेल्या आपल्या मुलाकडे गेले. त्याचा तो निरागस चेहरा पाहताना सिद्धार्थलाच भडभडून आले. जेणे करून आपल्या मुलाचे भले होईल आणि त्याच्या आयुष्याला योग्य दिशा व दृष्टी मिळेल, असे काहीतरी आपण केले पाहिजे, असे सिद्धार्थच्या मनाने घेतले. अर्थात त्यासाठी मुलाच्या मायेतून, त्याच्या आसक्तीतून प्रथम बाहेर पडले पाहिजे. वासुदेवानेही हेच अप्रत्यक्षपणे सुचवले आहे.

दुसऱ्या दिवशी सिद्धार्थला खूप उशीरा जाग आली. पाहतो तो आपला मुलगा बिछान्यात नाहीये! सिद्धार्थ आणि वासुदेवाने त्याचा शोध घेण्याचा प्रयत्न केला. एके क्षणी त्यांच्या लक्षात आले की, तो आपली होडी घेऊन पैलतीरावर गेला आहे. कारण होडी समोरच्या किनाऱ्यावर असलेली त्यांना दिसली.

'त्याला शोधायला मी जातो', सिद्धार्थ आवेगाने वासुदेवाला म्हणाला. त्यावर वासुदेव काहीच बोलला नाही. तो वाहत्या नदीकडे नुसताच पाहत राहिला.

मग काही क्षणानंतर वासुदेव सिद्धार्थला समजावत म्हणाला, 'सिद्धार्थ, त्याला त्याच्या मार्गाने जाऊ दे. स्वत:ची काळजी घ्यायला तो त्याचा तो समर्थ आहे. लहान असला तरी प्रत्यक्ष जीवनच त्याची काळजी घेईल. दु:खासारखा, संकटासारखा दुसरा शिक्षक नाही बघ! तू त्याला आता बांधून ठेवू नकोस. तेव्हा मन कठीण कर आणि प्रेमाने त्याला निरोप दे. खूप आव्हाने त्याच्यापुढे आहेत. पक्षी येतो आणि झाडाच्या डहाळीवर विसावा घेतो, त्याला वाटेल तेव्हा तो भुर्रकन उडून जातो. झाड त्याला घट्ट बांधून ठेवीत नाही. ठेवले तरी फार वेळ तो तिथे थांबणार नाही. झाड त्याला उडून जाण्याची मुभा देते. समजा, त्याची त्या झाडावर माया असेल, तर तो निश्चित परत येईल. परंतु तो परत आला नाही, तर तो त्या झाडात गुंतला नव्हता हेच सिद्ध होईल. तेव्हा त्याला जाऊ दे!'

त्यावर सिद्धार्थ काहीच बोलला नाही. तो हताशपणे जवळच्या एका ओंडक्यावर बसला. सहजपणे त्याचे लक्ष नदीकडे गेले. नदी आपल्याकडे पाहून हसते आहे, असे क्षणभर सिद्धार्थला वाटले.

****

११

ॐ

बराच काळपर्यंत तो मुलाच्या विरहाच्या वेदनेने ग्रस्त होता. बरोबर स्वत:चा मुलगा किंवा मुलगी असलेल्या बऱ्याच प्रवाशांना दिवसभरात सिद्धार्थ नदीपलीकडे घेऊन जात असे. त्या सर्व प्रवाशांचा सिद्धार्थला आता हेवा वाटायला लागला. त्याच्या मनात एक विचार नेहमी यायचा आणि तो म्हणजे, ह्या पृथ्वीवर हजारो लोक इतके सुदैवी आहेत की ते आपल्या अपत्यांबरोबर प्रेमसंवाद करीत आहेत. सुखाने संसार करीत आहेत, त्यांचे एकमेकांवर प्रेम आहे, मग आपल्याच नशिबी हा अपत्यविरह का?

वाढत्या वयानुसार आणि काळाच्या ओघात सिद्धार्थची आजूबाजूला असेलल्या लोकांकडे पाहण्याची नजर कळतनकळत बदलत गेली. पूर्वी आपण इतरांपेक्षा कोणीतरी वेगळे आहोत, विद्वान आहोत, असा विचार त्याच्या मनात यायचा! पण आता तो नावेत बसणाऱ्या प्रत्येकाकडे मोठ्या सहानुभूतीने व करुणेने पाहू लागला. जणू काही ती आपलीच अपत्ये आहेत. नावेत बसणाऱ्या कित्येकांची जीवने, त्यांची सुखदु:खे त्यांच्या

संवादातून आता त्याला जवळून पाहता येत होती. जणू काही तो या लोकांचा आरसाच होता. नावेत बसणाऱ्या प्रत्येकाबद्दल सिद्धार्थाला एक प्रकारची उत्सुकता वाटू लागली. सामान्य माणसे, सैनिक, व्यापारी, कुटुंबवत्सल माणसे नावेतून प्रवास करीत असत! त्यांच्याबरोबर प्रवास करताना सुरवाती सुरवातीला या लोकांबद्दल एक प्रकारचा त्याला परकेपणा वाटायचा! पण हळूहळू त्यांच्याबद्दल त्याला सहानुभूती, करुणा वाटायला लागली. त्याच्यातील समजूतदारपणा दुःखाबरोबरच्या अबोल सोबतीतून उमलत येत होता.

शारीरिक दुःखाव्यतिरिक्त दुसरीही अनेक प्रकारची दुःखे असतात. एकटेपणाचे दुःख, कुणी प्रेम करीत नाही म्हणून दुःख, प्रेम मिळावे ही तीव्र इच्छा, पण ते पूर्णपणे मिळत नाही म्हणून दुःख, मृत्यूचे दुःख, परिपूर्णतेचा क्षण लाभत नाही म्हणून दुःख किंवा तुकड्या तुकड्यांनी खंडित जीवन जगावे लागते म्हणून दुःख! एकूणच, दुःखाचे विविध प्रकार आहेत. त्यांच्याकडे आपण पळवाट न काढता पाहू शकतो का, हा प्रश्न सिद्धार्थला सतावत होता.

स्व च्या शोधात, पूर्णत्वाच्या दिशेने वाटचाल करणारा एक प्रवासी म्हणून सिद्धार्थ आयुष्याच्या या टप्प्यावर आपल्या प्रवासात अधिकाधिक अंतर्मुख व अस्वस्थ होत होता. नावेत बसणाऱ्या माणसांचे स्वार्थ, त्यांचे एकमेकांतले हेवेदावे, द्वेष-मत्सर, त्यांच्या इच्छा-वासना, त्यांच्या महत्वाकांक्षा, संपत्तीबद्दल त्यांना वाटणारी ओढ तसेच जीवनाबाबत प्रत्येकाचे असणारे दृढ समज-गैरसमज...हे सारे सिद्धार्थ अगदी जवळून पाहत होता. अगदी काठावरुन पहावे तसे. सर्वात महत्वाचे म्हणजे, प्रत्येकाची मोह-मायेवर मात करण्याची चालू असलेली केविलवाणी धडपड, मन:शांती मिळवण्यासाठी प्रत्येकाचे चाललेले अटीतटीचे प्रयत्न, त्यांनी उराशी जपलेली आध्यात्मिक आकांक्षा...हे सर्व पाहताना

सिद्धार्थला आपलेच प्रतिबिंब आपण पाहत आहोत, असे वाटायचे.

पूर्वी अनेकदा अगदी साधूंबरोबर असताना आणि कमलेसह कामस्वामींबरोबर व्यापार करताना मधेच एखाद्या क्षणी परकेपणाच्या-तुटलेपणाच्या जाणिवेने सिद्धार्थ कमालीचा अस्वस्थ व्हायचा! आता या परकेपणाच्या-तुटलेपणाच्या जाणिवेने एक नव्या मर्मबंधाला नकळत जवळ केले होते. नावेत बसणारे आणि प्रवाहात भेटणारे लोक, त्यांचे जीवन मोठ्या करुणेने व वात्सल्याने जाणून घ्यावे आणि त्यांच्या वेदनेला स्पर्श करावा, अशी ओढ अलीकडे सिद्धार्थला वाटू लागली. सर्वात महत्वाचे म्हणजे भोवतालच्या सर्व विश्वाशी, निसर्गसृष्टीशी आपले फार जवळचे नाळेचे नाते असल्याची जाणीव सिद्धार्थला होत होती. पूर्वी साधूं समवेत असताना अस्वस्थचित्त आणि भ्रमणशील असणारे सिद्धार्थचे मन आता अधिक परिपक्कतेकडे विकसित होत स्थिरतेकडे वळत होते.

आता सिद्धार्थच्या मनाला काठावरच्या वृक्षांकडे, तारकांकडे, किंवा नदीच्या चकाकणाऱ्या जलप्रवाहाकडे स्वच्छंदपणे, अगदी पूर्णपणे मुक्त होऊन पाहता येत होते. सिद्धार्थ, प्रत्येक दिवसाच्या, प्रत्येक क्षणाच्या सौंदयाचे स्वागत करीत होता. प्रत्येक दिवसाची नवी पहाट हा एक नवा चमत्कार असतो, हे आता त्याला हळूहळू पटू लागले होते. इतकेच नव्हे तर, निसर्ग हा आपल्याच जीवनाचा एक भाग असून, आपण बीजातून, पृथ्वीतून वाढत असल्याची एक नवी जाणीव सिद्धार्थला होऊ लागली होती. सारे प्राणी पाणवठ्याकडे येताना आणि आपली तहान भागवत असताना सिद्धार्थ पाहत होता. आजवर निसर्गात राहूनही, त्याच्या बरोबरचे, साऱ्या सजीवसृष्टीबरोबरचे आपले नाते तुटत चालल्याची जाणीव झाल्यामुळे सिद्धार्थला एक प्रकारचा तुटलेपणा-परकेपणा वाटत होता. या पृथ्वीवर आपण पाहुणे असल्याने, या पाहुण्याला साजेशी तप:पूतता आपल्यापाशी असायला हवी, असे आता त्याला प्रकर्षाने वाटायला लागले.

पाण्याच्या प्रवाहाबरोबर रोजचा दिवसही प्रवाहित होत होता. याच प्रवाही वृत्तीने आपण जगले पहिजे, असे सिद्धार्थाला अलीकडे वाटू लागले. आपण नावेत बसणाऱ्या लोकांच्या इच्छा, मनोकामना तसेच अगदी त्यांचा स्वार्थीपणा देखील समजून घ्यायला हवा, याची निकड त्याला जाणवू लागली.

आईला आपल्या मुलाबद्दल वाटणारे वात्सल्य, आपल्या एकुलत्या एका मुलाबद्दल वडिलांना वाटणारे पराकोटीचे प्रेम, दागदागिने, पुरुषाच्या एखाद्या कटाक्षासाठी स्त्रियांचे झुरणे, या आणि अशा वरवर साध्या पण तीव्रतम इच्छा आपण समजून घेतल्या पाहिजेत, असे सिद्धार्थला वाटू लागले. पूर्वी या साऱ्या गोष्टी त्याला पोरकटपणाच्या किंवा अज्ञानीपणाच्या वाटायच्या! त्याच्या आता हे लक्षात येऊ लागले की या इच्छांच्या पूर्तीसाठी लोक उरापोटी धावत आहेत. त्यापायी अपार कष्ट, दुःख सहन करीत आहेत. या संघर्षात काही वेळा त्यांना अपेक्षेपेक्षा बरेच काही मिळून जाते, तर कधी वैफल्य पदरी पडते. एकूणच या उत्कट कृतीउक्तीतून सिद्धार्थाला साक्षात ब्रह्माचे दर्शन होई. त्यांच्या या अव्यभिचारी निष्ठेमुळे, त्यांच्या अतीव दृढतेमुळे ही सगळी माणसे प्रेमाला आणि प्रशंसेला पात्र आहेत, असे त्याला वाटायला लागले.

अनेकदा सिद्धार्थच्या मनात यायचे की, आपण नक्की काय शोधायला चाललो आहोत. ज्ञान म्हणजे व्यक्तीची किंवा खरेतर त्या जीवाची, जगत असताना प्रत्येक क्षणाला योग्यायोग्यतेचा विचार करण्याची क्षमता? एकसंधतेची एकात्मतेची जाणीव कायम टिकवून धरता आली पाहिजे. भौतिक पातळीवर जगत असताना खऱ्या अर्थाची समृद्धता व सखोलता आपल्याला कधी लाभत नाही. खरे तर, जे जे प्रेमाच्या, चांगुलपणाच्या, सद्‌भावाच्या कक्षेत येत नाही, त्याला ठाम नकार द्यायला आपण

साऱ्यांनीच शिकलं पाहिजे. दोन व्यक्तींच्या, मग ते पतीपत्नी असोत वा वडील-मुलगा, दोघांच्या अस्तित्वात संपूर्ण ऐक्य असले पाहिजे. एकमेकांशी असलेले परस्परसंबंध प्रत्येकाने समजून घेतले पाहिजेत, तरच आपण एकसंघ, एकजिनसी होऊ शकू! अन्यथा 'जगणं' हा एक सापळा ठरेल आणि मग मग आपण त्यात अडकत जाऊ! आज आपण मुलाच्या विरहाने व्याकूळ झालेले आहोत. खरे तर, स्वत:च्या दु:खाकडे अलिप्ततेने पाहत करुणेने, नितळ माणुसकीने, औदार्याने भरलेल्या मनाकडे जाणे, आपण ज्या परिसरात जन्मलो, त्या भूमीशी, मातीशी, अवतीभोवतीच्या निसर्गाशी तसेच अगदी कालप्रवाहाशी, मूलस्त्रोताशी नाळेचे नाते जोडण्याचा सदैव प्रयत्न करणे, सातत्याने आत्मशोध घेणे आणि अखेर त्या मूलतत्वाशी एकरूप होणे, यातच मानवी जीवनाचे साफल्य असावे...असे विचार सिद्धार्थच्या मनात अगदी हळूवारपणे उमलू लागले. एक दिवस, वासुदेवाच्या वृद्ध चेहऱ्यावर एक प्रकारचे तारतम्य, ती सुसंगती, विश्वाच्या शाश्वत नेमकेपणाचे-अचूकतेचे ज्ञान, ती सर्वसमावेशक एकात्मता सिद्धार्थला दिसायला लागली. !

मधूनच एखाद्या क्षणी आपल्या मुलासाठी सिद्धार्थच्या मनाचे आक्रंदणे सुरू व्हायचे! त्या मुलाबद्दल सिद्धार्थच्या मनात असलेल्या ममतेमुळे त्याचे हृदय कुरतडले जात होते. आपण होऊन ही आग थांबण्याचे लक्षण दिसत नव्हते. एके दिवशी तर या साऱ्याचा कडेलोट झाला. काहीही झाले तरी आपण आपल्या मुलाला शोधायचेच, या इराद्याने सिद्धार्थ नदीच्या पलीकडच्या तीरावर गेला. नावेतून उतरुन तो आपल्या मुलाला शोधण्यासाठी पुढच्या शहरात जाणार होता. नदी शांतपणे वाहत होती. ते उन्हाळ्याचे दिवस हाते पण नदीचा आवाज आज त्याला काही वेगळाच वाटला. ती सिद्धार्थकडे पाहून हसत होती. प्रवाहाच्या त्या

खळखळाटात त्याला तिचं हसणं स्पष्टपणे ऐकू येते होते. मुलाच्या भेटीच्या ओढीने आवेगाने चाललेल्या सिद्धार्थची पावले काही क्षण थांबली. त्याने वळून नदीच्या प्रवाहाकडे पाहिले. त्या प्रवाहात त्याला स्वतःचा चेहरा स्पष्ट दिसला. तो त्याला दुसऱ्या कोणाच्या तरी चेहऱ्यासारखा वाटला. आणि त्याच्या लक्षात आले, तो चेहरा त्याच्या वडिलांसारखा होता. त्याला आठवले की आपण तरुण असताना हट्ट करुन अरण्यात जाण्यासाठी घराबाहेर पडलो, ते पुन्हा कधीच घरी न परतण्यासाठी! आपल्या विरहामुळे शोकाकुल झालेल्या वडिलांचा कदाचित त्यातच मृत्यूही झाला असेल. आता आपल्यालाही तशाच दैवगतीला सामोरे जावे लागते आहे. म्हणजे या घटना एकप्रकारे वर्तुळात फिरल्याप्रमाणे घडत आहेत का?

नदी हसली. हो, हे तसंच घडत होतं. प्रत्येक गोष्ट फिरुन परत येते. आपल्या कृत्याचं फळ भोगून ती घटना पूर्णत्वाला जाईपर्यंत त्या विशिष्ट प्रकारचे दुःख पुनःपुन्हा वाट्याला येतच राहते. पुढे जाणारी सिद्धार्थची पावले थांबली. ती परत फिरली. होडीत बसून झोपडीत परतताना त्याच्या मनात आपल्या वडिलांचे आणि मुलाचेच विचार सुरू होते. नदीचे आपल्याला पाहून हसणे बघून सिद्धार्थच्या मनात निराशा दाटून आली.

मुलाच्या विरहाची जखम काही अजून भरुन यायला तयार नव्हती. त्याचे मन आपल्या नियतीबरोबर अजूनही भांडत होते. ह्या दुःखावर वरकडी करुन आनंद काही फुलायला तयार नव्हता. पण आशेचा एक धागा शिल्लक होता. झोपडीत परतल्यावर वासुदेवाशी हे सगळे बोलावे, असा विचार त्याच्या मनात चमकून गेला.

वासुदेव झोपडीत बसून एक टोपली विणत होता. हल्ली तो होडी घेऊन जात नसे. त्याच्या हातात तितकीशी ताकद राहिली नव्हती आणि त्याची नजरही काहीशी अधू झाली होती. अजिबात न बदललेली एकच गोष्ट त्याच्याकडे होती आणि तो म्हणजे त्याच्या चेहऱ्यावरचा परमानंद!

स्वकडून स्वेतरांकडे, आत्मज्ञानाकडे जाणारा वासुदेव यातनांनी तडफडणाऱ्या लोकांच्या वेदनेला करुणेने स्पर्श करीत परहित जपत होता.

सिद्धार्थ त्याच्या शेजारी बसला आणि त्याने बोलायला सुरुवात केली. आजवर वासुदेवाला जे सांगितलं नव्हते, ते सगळे त्याने सांगायला सुरुवात केली. त्याच्या मनातली भळभळून वाहणारी जखम, ज्यांना मुले आहेत अशांचा त्याला वाटणारा हेवा, आपल्याच मूर्खपणाशी अव्याहतपणे सुरू असलेला झगडा, हे सारे सिद्धार्थने वासुदेवाला सांगितले. अवघडलेपणा आणणारे प्रसंगही त्याने सांगितले. त्यानंतर होडी घेऊन निघाल्यापासून, शहरात जाण्याचा विचार कसा मनात आला, नदी आपल्याला कशी हसली, मग आपली पावले कशी मागे फिरली, इथपर्यंतचा सारा वृत्तांत सिद्धार्थने वासुदेवाला कथन केला.

सिद्धार्थ बराच वेळ बोलत होता. त्याचे बोलणे सुरू होते तोवर वासुदेव शांतपणे, त्याला अजिबात न अडवता ऐकत होता. वासुदेवाने सारे बोलणे शांतपणे ऐकून घेतल्यामुळे सिद्धार्थ शांत आणि मोकळा झाला. वासुदेवासमोर आपल्या मनाला दुःख देणारा भाग उघडा करुन दाखवताना सिद्धार्थला असे वाटायला लागले की, आपण नदीत आंघोळ करीत आहोत आणि ते सगळे आपल्या अंगावरुन धुवून नदीच्या प्रवाहाबरोबर निघून गेले आहे. वासुदेवाला हे सगळे सांगत असताना सिद्धार्थला नंतर एकसारखे असे वाटू लागले की, समोर बसून सारे काही शांतपणे ऐकून घेणारा वासुदेव, हा वासुदेव नसून, आपल्या पानापानांत पाऊस साठवून घेणारा एक प्रकारचा डेरेदार वृक्षच आहे किंवा ती समोर वाहणारी नदीच आहे, वासुदेवाच्या अस्तित्वाबद्दलचे हे विविध विचार मनात येत असताना सिद्धार्थ शांत होत गेला. त्याला असे जाणवले की, जे चालले आहे ते सगळे योग्यच आहे.

सारे काही ऐकल्यावर वासुदेव त्याला हळूवारपणे म्हणाला, 'जे काही घडते आहे, होते आहे, त्याला सामोरे जा. कारण जे जीवन आपल्या वाट्याला येते, ते योग्यच असते. जीवन नेहमी योग्यच असते. ज्या भावना आपल्याला उन्नत करतात, त्या खऱ्या असतात, अन ज्या आपल्याला नैराश्य देतात, त्या एकांगी असतात. तुला संपूर्णपणे मुक्त व्हायचे आहे. मुक्ती म्हणजे एकाकीपणे उभे राहणे. अलिप्त, निर्भय असणे. भ्रमित करणाऱ्या आभासांना जन्म देणाऱ्या लालसेचे, आसक्तीचे वास्तव रूप तू जर हळूवारपणे समजून घेतलेस, तर तू सहजपणे मुक्त होशील. अरे या मुक्ततेतच प्रचंड ऊर्जा असते.'

वासुदेव बोलत होता आणि सिद्धार्थ त्याचा शब्द न शब्द मनात साठवत होता. मोठ्या भारावलेल्या नजरेने लोक जसे देवाकडे पाहतात, त्याच भावनेने तो आज वासुदेवाकडे पाहत होता. एके क्षणी वासुदेवाने सिद्धार्थचा हात आपल्या हातात घेतला आणि त्याला तो नदीकिनारी घेऊन गेला. तिथे ते बराच वेळ नुसते बसून राहिले. कोणीच कोणाशी बोलत नव्हते. होती ती फक्त जीवघेणी शांतता!

एके क्षणी त्या शांततेचा भंग करीत वासुदेव त्याला म्हणाला, 'नदी हसताना तू ऐकलंस, पण तू तिचं सगळं म्हणणं नीट ऐकलं नाहीस. आता आपण नीट लक्ष देऊन ऐकू, कदचित तुला आणखी काही समजेल.'

त्यांनी नदीचा आवाज ऐकायला सुरुवात केली. नदीतून बरेच वेगवेगळे आवाज येत होते. सिद्धार्थने पाण्यात डोकावून पाहिले आणि त्याला वाहत्या पाण्यात बऱ्याच प्रतिमा दिसू लागल्या. आधी त्याचे विरहव्याकुल वडील त्याला दिसले. ते आपला मुलगा निघून गेला म्हणून शोक करीत हाते. त्यानंतर त्याने स्वत:ची प्रतिमा पाहिली. आपला मुलगा आपल्याजवळ येऊन रहावा, या इच्छेने पछाडेलला आपलाच चेहरा त्या

नदीच्या प्रवाहात सिद्धार्थला दिसला. त्यानंतर त्याला त्याचा मुलगा दिसला, तो एकटाच होता. पण तो त्याच्या तारुण्याला साजेशा वेगवान इच्छा-कामनांच्या मागे धावत होता. गौतम बुद्ध म्हणतो त्याप्रमाणे प्रत्येक जण आपापल्या इच्छा पूर्ण करण्यासाठी धडपडत असतो. या जीवघेण्या धडपडीत प्रत्येकाच्या पदरी दुःखच येते. तृष्णा हेच दुःखाचे मूळ! एके क्षणी नदीतून करुण भावनांचे एक गाणे सिद्धार्थला ऐकू यायला लागले. या दुःखातही नदी आपल्या मस्तीत वाहतच होती.

'ऐकलंस?' वासुदेवाने नजरेनेच त्याला विचारले. सिद्धार्थने आपली मान डोलावली.

'आणखीन ऐक!' वासुदेव त्याला म्हणाला.

सिद्धार्थने पुन्हा नदीच्या प्रवाहावर आपली नजर केंद्रित केली. आता वडिलांची, स्वतःची आणि मुलाची अशा तिन्ही प्रतिमा एकरुप झालेल्या त्याला दिसल्या. कमलेची प्रतिमा आली आणि गेली. गोविंदाची आणि इतरही काही प्रतिमा प्रवाहावर आल्या आणि सगळ्या एकत्र होऊन निघून गेल्या. नदीच्या प्रवाहाबरोबर त्या सगळ्या प्रतिमा नदीच्या अंतिम मुक्कामाकडे निघून गेल्या. या प्रवासात प्रत्येक जण आपल्या इच्छा पूर्ण करण्याचा प्रयत्न करीत होता. म्हणूनच प्रत्येकाच्या पदरी दुःख पडत होते.

नदी वेगाने आपल्या अंतिम मुक्कामाकडे निघाली होती. त्यात सिद्धार्थला तो आणि त्याचे प्रियजन, तसेच इतरही बरेच लोक दिसत होते. नदीच्या पाण्यावर उठणाऱ्या तरंगांवर त्याला कित्येक इच्छा आणि दुःखे दिसत होती. तिच्या अंतिम मुक्कामांच्या आधी नदीचे इतरही काही टप्पे दिसत होते, ती बहुतेक त्या नदीची मधली विसाव्याची ठिकाणे आणि अंतिम ध्येये असावी. त्यात धबधबे, तलाव या जागा सिद्धार्थला दिसल्या. नदीच्या प्रवासात सगळी लक्ष्ये गाठली गेली. पण प्रत्येक लक्ष्य गाठल्यावर आणखी एक लक्ष्य वाट पाहत थांबलेच होते. वाटेत पाण्याची वाफ होऊन आभाळात गेली. तिचे ढगात रुपांतर होऊन त्यापासून पाऊस पडला.

पाण्याच्या त्या उगमाकडून लहान प्रवाह तयार होऊन ते पुन्हा नदीला येऊन मिळाले आणि नदी पुन्हा जोमाने आपल्या अंतिम लक्ष्याकडे वाहू लागली. पाण्याचे हे चक्र झाल्यावरही नदीच्या आवाजात दु:खाचे आणि अधूनमधून आनंदाचे आवाज येत राहिले.

सिद्धार्थ हे सारे ऐकत होता. ते देखील अगदी त्रयस्थपणे! एके क्षणी तो अगदी नि:शेष रिक्त झाला. आता कशाशीही स्वत:ला जोडून न घेता निव्वळ ऐकणे, त्याला चांगलेच साधत होते.

या सर्वातून सिद्धार्थला एक गोष्ट प्रकर्षाने जाणवली आणि ती म्हणजे आपण मूलत: लोभी असतो. जे धरून ठेवणे शक्य नसते, ते आपल्याला धरून ठेवावेसे वाटते. कशाचा तरी पाठलाग करणे, कुठे तरी पोचण्याची धडपड करणे, हीच आपल्या जीवनाची रीत होऊ पाहत आहे. सारांश, काहीतरी विशेष होण्याच्या अभिलाषेत, संपादनाच्या-इच्छापूर्तीच्या हव्यासात, सगळ्या यातनांची बीजे दडलेली आहेत. इच्छेचा अर्थ आहे, तुम्ही जिथे आहात तिथे तृप्त नाही आहात. इच्छेचा अर्थ आहे, तुम्ही असंतुष्ट आहात,अतृप्त आहात! इच्छा-आकांक्षा या नेहमीच दुर्बलतेतून, चिंतेतून आकाराला येतात. तुमच्या साऱ्या कामना जेव्हा सुटून जातील, तेव्हाच आध्यात्मिक शहाणपणाला खरी जाग येईल. जिथे कामना असेल, तिथे विषाद असणारच! कारण कामना कधी पूर्ण होत नाहीत. कामनेचा स्वभावच पूर्ण न होणे, हा आहे.

सगळे अस्तित्वात आणि मुख्य म्हणजे एकमेकांशी संबंधात आहेत. म्हणून संबंधात सुखी होण्याची लालसा आहे, तृष्णा आणि संघर्ष देखील आहे. सगळे आवाज, सगळी लक्ष्ये, सगळ्या इच्छा, सगळी दु:खे, सगळे आनंद. सगळे चांगले आणि सगळे वाईट, हे सारे एकत्र होऊन हे जग बनले होते. असंख्य आवाजाचे गाणे नदीतून ऐकू येत असताना एकाग्रपणे

सिद्धार्थ ऐकत होता, तेव्हा तो कोणाच्याही दुःखाला हसला नाही, आनंदाने आनंदित झाला नाही. त्याने स्वतःला कोणत्याच आवाजाशी, घटनेशी जोडून घेतले नाही. पण त्याने जेव्हा सगळे एकाच वेळी ऐकले तेव्हा त्याला त्यातून एक महान गाणे ऐकू आले, जे केवळ एकाच शब्दाचे बनले होते आणि तो ॐकार होता. ते सर्वसमावेशक पूर्णत्व होते. सिद्धार्थ आता सगळ्या विश्वाशी एकाकार होत होता.

आता सिद्धार्थचे स्वतःच्या नियतीशी सुरू असलेले भांडण संपले होते. त्याचबरोबर त्याचे दुःखही नाहीसे झाले होते. त्या ज्ञानामुळे सिद्धार्थच्या चेहेऱ्यावर मंदस्मित पसरले. असे ज्ञान, जे असल्यास कोणतीही इच्छा निर्माण होत नाही. या ज्ञानात पूर्णत्वाची, एकसंधतेची–एकात्मतेची जाण होती. कालप्रवाहाशी सुसंगत झालेले सिद्धार्थचे मन आत विश्वरुपाशी स्थिर होत होते.

सिद्धार्थने क्षणभर वासुदेवाकडे पाहिले. त्याच्या मस्तकाभोवती आभा असल्याचे आणि त्याचे सारे शरीर एका प्रकाशात न्हाऊन निघाल्याचे त्याला जाणवले.

****

१२

गोविंद

एके क्षणी कमलाने आपली आनंदवाटिका बुद्धाच्या अनुयायांना भेट म्हणून देऊन टाकली. आता बौद्ध अनुयायी आपला दोन तीर्थयात्रांमधील विश्रांतीचा कालावधी त्या वाटिकेत व्यतीत करू लागले. अर्थात गोविंदही त्याला अपवाद नव्हता! शहरापासून दूर, एक दिवस प्रवासाच्या अंतरावर असलेल्या नदीच्या काठी एक वृद्ध नावाडी राहतो, असे गोविंदाने ऐकले होते. तो नावाडी ज्ञानी आहे, निर्वाणाला पोचला आहे, असे बरेच जण म्हणत असत! जेव्हा गोविंद त्या वाटिकेतून पुढच्या प्रवासासाठी निघाला, तेव्हा त्याने त्या नदीच्या काठाने जायचे ठरवले. त्या नावाड्याला भेटण्याची आस त्याला सतावू लागली. गोविंद मोठ्या निष्ठेने आपले रोजचे आयुष्य गौतम बुद्धाने घालून दिलेल्या नियमांनुसार व्यतीत करीत होता. वृद्ध गोविंदाच्या शुद्ध, सदाचारी तसेच विनम्र वर्तनामुळे लोक मोठ्या आदराने त्याच्याशी बोलत. इतके दिवस बुद्धासमवेत राहूनही गोविंदाच्या मनाचा अस्वस्थपणा अद्याप नष्ट झाला नव्हता. तो अजूनही सत्य म्हणजे काय ते शोधतच होता. तो नदीजवळ आल्यानंतर त्याने त्या

वृद्ध नावाड्याला नदीपलीकडे नेण्याबद्दल विचारले. पलीकडच्या तीरावर गेल्यानंतर त्याने त्या वृद्ध नावाड्याला विचारले, 'तुम्ही आमच्यासारख्या साधू-संन्यासाशी, यात्रेकरुंशी नेहमीच चांगले वागत असता! आमच्यासारख्या अनेकांना तुम्ही पैलतीरावर नेऊन सोडलेलं आहे. तुम्हीदेखील अंतिम सत्याच्या शोधात आहात का?'

त्यावर सौम्यपणे हसत सिद्धार्थ म्हणाला, 'महाराज, तुमच्याकडे पाहताना माझ्या मनात एक प्रश्न उभा राहतो. आपण आपले सारे आयुष्य बुध्दाच्या शिकवणुकीनुसार व्यतीत केले. बुद्धाने कथन केलेले सारे नियम आपण मोठ्या कसोशीने व व्रतस्थतेने आचरणात आणले. असे असूनही आपणही सत्याच्या शोधात आहात का?'

'आता माझे वय सरत चालले असले, तरी माझा शोध अजूनही संपलेला नाही. तो कधी पूर्ण होईल मला माहिती नाही. कदाचित हा शोध संपणार देखील नाही. बहुधा ते माझे प्राक्तन असावे. आपण सातत्याने शोध घेत असाल, असे वाटते. हे महात्मन, आपण मला आपल्या शोधप्रवासाबद्दल काही सांगू शकाल का?'

त्यावर सिद्धार्थ त्याला म्हणाला, 'महाराज, तुमच्या सारख्या तपस्व्याला मी काय सांगणार? कदाचित तुम्ही आवश्यकतेपेक्षा जास्त शोधत असाल! ह्या सगळ्या शोधप्रवासात तुम्हाला जे काही मिळालं, ते पाहायला तुम्हाला कदाचित वेळच मिळाला नसेल किंवा ते तुमच्या नजरेतून सुटत असेल.'

त्यावर गोविंदाने गोंधळून त्या नावाड्याला विचारले,'आपण काय म्हणत आहात, ते मला नीटसे कळत नाहीये.'

त्यावर सिद्धार्थ त्याला समजावत म्हणाला, 'जेव्हा शोधक काही शोधत असतो, तेव्हा त्याचं सारं लक्ष आपल्या शोधविषयातच गुंतलेलं असतं! आजूबाजूला एखादी नवी, वेगळी वस्तू वा गोष्ट दिसली तरी तिकडे शोधकाची नजर जात नाही. नजर गेली, तरी हे काही महत्वाचं

आहे, किंवा नवं आहे, ते आपण पहायला पाहिजे, असे त्याच्या काही मनात येत नाही. शोध हा नेहमीच त्याच्या ध्येयाशी संबंधित असतो. शोधकाने जे ध्येय स्वीकारलेलं असतं, त्याने तो पूर्णपणे भारावून गेलेला असतो. सर्वस्वी नवीन काही मिळविण्यासाठी, सापडण्यासाठी माणसाचं मन मोकळं असावं लागतं! जे समोर दिसेल, त्याबद्दल त्याच्या मनात औत्सुक्य असावं लागतं. त्यामुळे ध्येय जरूर असावं, पण त्याची झापडं डोळ्यांना बांधली की आपल्याला आसापासचं काही म्हणजे काहीही दिसत नाही. यातून खरं तर आपलंच नुकसान होतं!'

'आपण काय म्हणता आहात, ते अजूनही मला नीटसे कळत नाहीये. कृपा करुन अधिक स्पष्ट करुन सांगा ना?'

त्यावर सिद्धार्थ त्याला म्हणाला, 'बऱ्याच वर्षांपूर्वी तुम्ही ह्या नदीच्या काठावरुन चालला होता. तेव्हा तुम्हाला एक माणूस जमिनीवर गाढ निद्रावस्थेत पडलेला आढळला. त्याला कोणा प्राण्यापासून उपद्रव होऊ नये म्हणून तुम्ही त्याच्याजवळ राखण करत बसलात. बरोबर आहे ना गोविंद? तेव्हाही तू मला ओळखलं नाहीस आणि आजही नाहीस.'

गोविंदाने मोठ्या आश्चर्याने त्या नावाड्याकडे पाहिलं आणि मोठ्या आश्चर्याने तो जवळजवळ ओरडलाच, 'सिद्धार्थ तू?'

त्यावर सिद्धार्थने मोठ्या प्रेमाने त्याला जवळ घेतलं. न राहून गोविंद त्याला म्हणाला, 'क्षमा कर मला सिद्धार्थ! त्या दिवशीही मी तुला ओळखलं नाही आणि आजही नाही.'

'तू तुझ्या शोधप्रवासात इतका दंग आहेस की अनेकदा वास्तवाचे तुझे अनुसंधान सुटते आहे, हे तुझ्या लक्षात येते आहे का?'

त्यावर गोविंद हसत हसत त्याला म्हणाला, 'हो, झालंय खरं तसं! पण सिद्धार्थ, तुझ्यात खूपच बदल झाला आहे. आता तर तू एक नावाडी झाला आहेस?'

त्यावर शांतपणे सिद्धार्थ त्याला म्हणाला, 'गोविंदा, मी आता नावाडी

झालो आहे. हे देखील एक स्थित्यंतरच आहे. कालप्रवाहाबरोबर आपण सतत बदलत असतो. तसं होताना आपल्याला वरचं, शरीरासचं आच्छादन म्हणजेच वस्त्र बदलावं लागतं! माझं तसंच आहे. असो. आज तू माझ्याबरोबर माझ्या झोपडीत राहा!'

गोविंद त्या रात्री सिद्धार्थबरोबर त्या झोपडीत राहिला. वासुदेव ज्या अंथरुणावर झोपत असे, त्याच्यावर तो झोपला. आपल्या बालपणाच्या मित्राला गोविंदने नानाविध प्रश्न विचारले आणि सिद्धार्थनेही त्याला आपल्या आयुष्यातील अनेक घटना कथन केल्या.

दुसऱ्या दिवशी प्रस्थानाची वेळ आल्यावर गोविंद सिद्धार्थापाशी गेला आणि त्याचा हात आपल्या हातात घेत तो म्हणाला, 'तू जरी नावाड्याचे रूप घेतलं असलंस, तरी आतून तू आहेस तसाच आहेस. जाताना मला तुला काहीतरी विचारायचं आहे.'

'मोकळेपणाने विचार तू!'

'सिद्धार्थ, तुझा पंथ कोणता? कोणत्या विशिष्ट मार्गाने तू जातो आहेस. तो मार्ग, ती दिशा, ती दृष्टी तुला सहाय्यभूत होते आहे का?'

त्यावर सिद्धार्थने एक दीर्घ श्वास घेतला आणि मग तो हळुवारपणे गोविंदाला म्हणाला, 'अरे गोविंद, तरुणपणी आपण त्या साधूंबरोबर अरण्यात राहत होतो. तेव्हापासून गुरू, त्यांचा उपदेश यावर माझा विश्वास नव्हता! बुद्धानेही तुला हेच सांगितले आहे. बुद्ध म्हणतो : सत्य ही स्वत: शोधण्याची गोष्ट आहे. त्यासाठी आरंभ करायचा तो स्वत:पासून. गुरू मानायचे आहे ते स्वत:लाच. शरण जायचे ते स्वत:लाच. मुख्य म्हणजे प्रत्येकाला बुद्धत्वाचा अधिकार आहे. ते त्याचे नैतिक कर्तव्य आहे. हे सारे विसरलास का? त्या मार्गाने मी कधीच गेलो नाही, ते तुला माहिती आहेच. तरीदेखील मी कित्येकांकडून अनेक गोष्टी शिकलो. तुला आठवतं

आहे, पूर्वी आपण एक ग्रंथात एक उल्लेख वाचला होता. त्या साधूने चोवीस गुरू केले होते. त्याने प्रत्येक गुरुकडून काही ना काही आत्मसात केले होते. मग तो माणूस असो वा मधमाशी! अगदी मधमाशीला देखील त्याने आपला गुरू केले होते. पावसाळी दिवसात अन्नाची तरतूद कशी करायची, ते मधमाशीने मला शिकवलं, असे त्या साधूने नमूद केले होते. आठवतंय?'

'आजवर तू कोणाकडून काय काय शिकलास?'

'कमला नावाची एक सुंदर गणिका मला माझ्या आयुष्यात एक वळणावर भेटली. ती बराच काळपर्यंत माझी गुरू होती, ते तर तुला माहिती आहेच! पुढे एक श्रीमंत व्यापारी, काही जुगारी मला भेटले. एकदा तर बुद्धाचा एक अनुयायी माझा गुरू झाला. त्याने स्वत: यात्रेत असताना माझं रक्षण केलं. त्याच्याकडून मी काही ज्ञान मिळवल! एके क्षणी साक्षात्कारी वासुदेव नावाडी मला भेटला. त्याच्याकडून मला खूप काही शिकता आलं. त्याने नदीच्या प्रवाहाची महती माझ्या निदर्शनास आणून दिली. अनंतकाळापासून वाहणारी नदी ही नेहमीच वर्तमानात जगत असते. खरं तर त्या सरितेप्रमाणं आपणही रोजच्या जीवनात एका प्रवाही वृत्तीनेच जगले पाहिजे. इतकेच नव्हे तर, वर्तमानातल्या प्रत्येक क्षणात संपूर्णपणे जगायला हवे! ते देखील अगदी क्षणस्थ वृत्तीने! भोवतालच्या जीवनातील शहाणपणा आणि अर्थ प्रत्यक्ष आपल्याला पाहता आला पाहिजे. ज्या जीवनाचा सार्थपणे विचार करावा, असे जीवन म्हणजे आपले चालू-वर्तमानकालीन जीवन आणि त्यातील प्रत्येक क्षण होय. चिन्मय अस्तित्व हे नहमी वर्तमानात वसत असते. अशा या चिन्मयतेत सतत राहणे, हेच मूलभूत परिवर्तनाचे श्रेष्ठतम स्वरूप होय. त्या वासुदेवाने मला हेही सांगितलं की, वर्तमानकाळ हा सतत बदलता आणि नवा असतो. तो जगण्यासाठी अत्यंत दक्ष, तीव्र आणि गतिमान रहावे लागते. वर्तमानातला आत्ताचा क्षण आपल्याकडे सर्वोच्च प्रतिसादाची मागणी करीत असतो.

वर्तमानाला भिडणे म्हणजे 'जे आहे' त्या समवेत राहणे. ते देखील साऱ्या स्मृतींपासून आपले मन मुक्त ठेवत. अर्थात त्यासाठी स्वच्छ, मोकळे मन हवे आणि सततचे आंतरिक अवधान!'

त्या वासुदेवाबद्दल बोलताना सिद्धार्थचे डोळे मोठ्या आनंदाने चमकत होते. गोविंद मात्र एका भारावलेल्या नजरेने सिद्धार्थकडे पहात होता. एके क्षणी सिद्धार्थ त्याला म्हणाला, 'त्या वासुदेवाची आठवण जरी आली तरी माझं हृदय भरुन येतं! तो नेहमीच ध्यानाच्या अवस्थेत जगत होता. नित्यनूतन! कमालीचे साधेपण, निरागसता आणि नम्रता! मुख्य म्हणजे आपण नम्र आहोत, याचीही त्याला जाणीव नव्हती. त्याने स्वत:ची कुठलीच प्रतिमा जपली नव्हती. आपल्या आतल्या *मीपणाला* तर त्याने जवळच्या नदीत कधीच विसर्जित करुन टाकलं होतं. त्याला स्वत:ची अशी विशिष्ट जीवनदृष्टी नव्हती. तो जीवनाला, रोजच्या समस्येला मोठ्या करुणेने, वात्सल्याने समजून घ्यायचा. अगदी चहूबाजूंनी, कवेत घेतल्यासारखा! हजारो लोकांशी संबंध येऊन सुद्धा वासुदेव आपल्या आयुष्यात कधी संघर्षात सापडला नाही. गोविंदा, गौतमाप्रमाणे तोही मला विलक्षण प्रज्ञाशील वाटतो. आजच्या भाषेत बोलायचं तर तो एक संत, परिपूर्ण, प्रगल्भ आणि परिपक्व माणूस होता.

परिपक्वतेबद्दल बोलताना एक दिवस वासुदेव मला म्हणाला : परिपक्वता ही नेहमीच आपल्या आंतरिक प्रवासाशी व अनुभवाशी अधिकतर संबंधित असते. तुम्ही तुमच्यात जेवढे खोलवर आत उतराल, स्वत:ला कमालीच्या आत्मशोधकतेने व अंतर्मुखतेने अधिकाधिक जाणून घ्याल, तेवढे तुम्ही अधिक परिपक्व होत जाल. यातही जेव्हा तुम्ही आपल्या अस्तित्वाच्या केंद्रस्थानी जाल, तेव्हा तुमच्यातला मी-अहम अदृश्य झाला असेल, तेव्हा तुम्ही खऱ्या अर्थाने परिपक्व झालेले असाल. मग उरेल फक्त अतीव समजूतदारपणा, नि:शब्द शांतता आणि निरागसता. एखाद्या बीजाला वृक्ष होण्यासाठी आणि सर्वार्थाने फुलण्यासाठी खूप

लांबवर प्रवास करावा लागतो, तरच त्याच्या परिपक्वतेचा सुगंध सर्व सृष्टीला लाभू शकतो. खऱ्या अर्थाने प्रगल्भ, परिपक्व आणि परिणतप्रज्ञ व्यक्तीची प्रत्येक कृती ही, पूर्ण प्रेमातील व पवित्रतेतील कृती असते.'

'तू तुझ्या तथाकथित गुरुंबद्दल सांगितलंस! आता तू मला तुझ्याबद्दल, तू संपादन केलेल्या ज्ञानाबद्दल काहीतरी सांग! ते जर सांगितलंस, तर मी तुझा ऋणी राहीन!'

'अरे गोविंदा, माझे स्वत:चे असे काही विचार आहेतच. अंतर्दृष्टीला सतत काही ना काही जाणवत असतं! अनेक चिंतने हातून घडली. पण ते सारं तुझ्यापर्यंत पोचवणं खरोखरीच अवघड आहे गोविंद! तुला खरं सांगू, सत्य, शहाणपण, शुद्ध ज्ञान हे काही दुसऱ्याला देता येत नाही. खरंच सांगतो आहे मी! अरे, शहाणपण प्रदान करता येत नाही. तसे करणाऱ्याचे प्रयत्न अनेकदा मूर्खपणाचेच ठरतात. ज्ञानाची (माहितीची) देवाण-घेवाण शक्य आहे, पण शहाणपणाची नव्हे! एखाद्याकडेच ते शहाणपण असते. ते तो जगू शकतो आणि त्याच्याद्वारे अद्‌भुत कृत्ये करू शकतो, पण ते व्यक्त करू शकत नाही वा कोणाला ते शहाणपण शिकवू शकत नाही.'

'तू माझी गंमत करतो आहेस का?'

'अजिबात नाही. मला जे कळलंय, जे सापडलं आहे, तेच मी तुला सांगतो आहे. आपल्याकडची विद्या तुम्ही दुसऱ्याला देऊ शकता, पण ज्ञान, शहाणपण दुसऱ्याला देता येत नाही. ते आपल्याला जीवनप्रवाहात, अनुभवातून सापडू शकतं! ते आपण जगण्यात वापरू शकतो. त्याने चमत्कार घडू शकतात आणि ते आपल्याला विकसित करतात, पुढे नेतात. पण ते मांडता येत नाहीत वा शिकवता येत नाहीत. जेव्हा *मी*चे अस्तित्व संपते, तेव्हा आनंद सहजपणे तुमच्या दारात येतो. या आनंदाचा अनुभव प्रत्येकाला घेता आला पाहिजे. *मी* विसर्जित केलेल्या मनाने अवतीभोवतीच्या जगाकडे आपल्याला पाहता आले पाहिजे. तसे करता आले, तरच ठायीचे शहाणपण आपल्याला प्राप्त होऊ शकेल!

वासुदेव पुढं मला असंही म्हणाला की, स्वत: शिकणे आणि दुसऱ्याकडून शिकविले जाणे, या दोहोत फार मोठे अंतर असते. स्वत: शिकणे हे जन्मभर चालू असते, तर दुसऱ्याकडून शिकविले जाणे, हे काही तासात किंवा काही वर्षातच संपून जाते आणि मग उरलेल्या आयुष्यात या शिकलेल्या गोष्टींची पुनरावृत्तीच काय ती आपण करीत राहतो. मग जे शिकवले गेलेले असते, त्याची नुसती राख बनून जाते. जीवन हे तर या नदीच्या प्रवाहासारखे चैतन्यमय व सळसळणारे आहे. सतत बदलणारे, नित्यनूतन! वर्तमानकाळ हा सतत बदलता आणि नवा असतो. तो जगण्यासाठी अत्यंत दक्ष, तीव्र आणि गतिमान रहावे लागते. वर्तमानातला आत्ताचा क्षण आपल्याकडे सर्वोच्च प्रतिसादाची मागणी करीत असतो. म्हणूनच जीवनाचे आकलन करून घेण्याची सततची आणि क्षणाक्षणाची क्रिया तरल सावधानतेने करायला लागते. दुसरं असं गोविंद, काळ हा काही खरा नाही.'

'म्हणजे ?'

'काळ म्हणजे काय? आपल्याला नेहमीच असे वाटत असते की, उद्या मी सुखी होईन! उद्या हे जग, आहे त्यापेक्षा अधिक सुंदर असेल! कालचे, उद्यातले मध्यंतर आपणच आपल्याला विचारातून निर्माण करतो. हे मध्यंतर म्हणजेच काल होय. जोपर्यंत विचाराने निर्माण केलेले हे काळाचे मध्यंतर असते, तोपर्यंत शोक, दुःख ही असणारच व सदोदित भयही वाटत राहणार! आपल्याला हे काळाचे अंतर मिटवता येईल का, हा खरा प्रश्न आहे गोविंद! या काल आणि उद्याचा आपण सारेच जण वारंवार अनुभव घेत असतो.

दुसरे असे की, आपल्यापैकी प्रत्येकामध्ये एक बुद्ध असतोच! गौतम बुद्धत्वाप्रत जाऊ शकला! आपल्यालाही संपूर्ण मुक्त होता आले पाहिजे. अरे, जगणे आणि मरणे हे एकच आहे. आसक्ती नाही, भविष्य नाही. भूतकाल नाही. जगत असताना मरण्यातील सौंदर्य, महानता, विलक्षण

सामर्थ्य आपण पाहातच नाही. आपण जगत असताना प्रत्येक क्षणी मरत असणे, म्हणजे आयुष्यभर कशातही आसक्त होऊन न जगणे.

मी माझ्या शरीरावर आणि आत्म्यावर खूप प्रयोग केले. त्यासाठी मला वासनांची, मालकीहक्काच्या वस्तूंच्या इच्छेची, महत्वाकांक्षांची, लाजिरवाण्या निराशेची मोठी गरज होती. या साऱ्यांचा उपयोग मी मनाचा सगळा विरोध नष्ट करण्यासाठी, स्वत:च्या इच्छा नष्ट करण्यासाठी केला. मला साऱ्या जगावर निर्वाज्य प्रेम करायचं आहे. गोविंदा, निसर्ग देखील आपल्याच जीवनाचा एक भाग असून, आपण बीजातून, पृथ्वीतून वाढलो आहोत. निसर्गाशी सख्य साधत, त्याचा हिस्सा बनायला हवे! आपण या सगळ्यांचे घटक आहात, ही भावना जागवायला हवी! जेव्हा तुम्हाला, निसर्गाशी असलेल्या संबंधातील संपूर्णत्वाची, एकत्वाची जाणीव होईल, तेव्हाच तुमचे विश्वाशी नाते जडेल!'

'किती छान विचार करतोस तू?'

'तुला आणखीन एक सांगू, मी शब्दांवर प्रेम करू शकत नाही. मुक्ती, नीतिमत्ता, संसार, निर्वाण हे फक्त शब्द आहेत. *निर्वाण* या शब्दाने दाखवता येईल, अशी कोणतीही वस्तू नाही. तो फक्त एक पोकळ शब्द आहे. निर्वाण या शब्दाचा नेमका अर्थ कळण्यासाठी आपल्याला त्या शब्दाच्या पलीकडे गले पाहिजे. गोविंद, शब्दांमधून जगाकडे पाहण्याची त्याची एक रीत असते. आपण नेहमीच शब्दांचे कैदी बनत असतो. शब्दांना नेहमीच फार मर्यादित अर्थ असतो. म्हणूनच शब्द वापरताना अतिशय काळजीने व जाणतेपणाने ते वापरणे आवश्यक आहे. अन्यथा शब्द हा आपल्याला गोत्यात आणणारा सापळाच ठरेल! मन जेव्हा शब्दांचे गुलाम होऊन जाते, तेव्हा जीवनात दु:खाला प्रारंभ होतो.

गोविंदा, या होडीवर माझ्याआधी वासुदेव होता. तोच माझा शिक्षक. त्याचे आणि या नदीचे अगदी नाळेचे नाते होते. नदी माझ्याशी नेहमीच बोलते, असे तो नेहमी म्हणायचा! तिच्याकडून वासुदेव बरेच काही

शिकला. निसर्गाशी तर त्याचे अगदी अतूट नाते होते. वासुदेव नेहमी म्हणायचा : निसर्ग, शेतातील एकुलते एक झाड आहे. फांदीच्या मागे लपलेली लाजरी खार, निसर्गच आहे. निसर्ग म्हणजे मुंगी, मधमाशी आणि या धरतीवरील सर्व जिवंत गोष्टी! निसर्ग म्हणजे नदी, झाड, जलद गतीनं उडणारा पक्षी, पाण्यातील मासा, जमिनीतील खनिजे, धबधबे आणि उथळ तलावही! आपण झाडाकडे उपयुक्ततेच्या दृष्टीतून पाहतो. भोगाची आस असेल, तर निसर्गाशी आपले नातं कसं जुळणार?'

गोविंदा शांतपणे सिद्धार्थचे बोलणे ऐकत होता. एके क्षणी तो त्याला म्हणाला, 'सिद्धार्थ, आता आपण दोघेही म्हातारे झालो आहोत. पुन्हा आपण एकमेकांना भेटण्याची शक्यता खूपच कमी आहे. जवळ जवळ नाहीच! माझ्यावर कृपा कर आणि मला समजेल असं काहीतरी सांग! माझा मार्ग मला पुढे चालता येईल, असं काहीतरी मला सांग. मी अजूनही अंधारातच आहे.'

सिद्धार्थने, भयमिश्रित उत्कंठतेने पाहणाऱ्या गोविंदाच्या डोळ्यात पाहिले. जणू काही त्याचे डोळे त्याला सांगत होते : *बाबारे, आपल्याला या आयुष्यात अंतिम मुक्कामावर पोचता आले नाही, तर एक प्रकारे हाही जन्म वाया जाईल.* गोविंदाच्या डोळ्यातील ती अपार वेदना पाहून सिद्धार्थचे मन करुणेने भरुन आले. त्या करुणाभरल्या स्वरात सिद्धार्थ गोविंदाला म्हणाला, 'खाली वाक आणि माझ्या कपाळाचं चुंबन घे.' गोविंदाने आज्ञाधारकपणे खाली वाकून सिद्धार्थच्या कपाळावर ओठ टेकले. आणि काहीतरी वेगळंच घडलं!

गोविंदाला सिद्धार्थच्या चेहऱ्यात अनेक चेहरे, अनेक दृष्ये, नानाविध प्रतिमा समाविष्ट होताना दिसू लागल्या. सिद्धार्थचा चेहरा विश्वरुपमयच झाला होता. अवघे विस्तीर्ण-विशाल असे नदीचे पात्र त्याच्या मुखातून वेगाने खळाळताना दिसत होते. त्या नदीच्या पात्रात एक मोठा मरणोन्मुख देव मासा गोविंदाला दिसला. मग एक नवजात बालक दिसले. एक खुनी

दिसला, तो दुसऱ्या माणसाच्या पोटात सुरा खुपसत होता. पाठोपाठ त्याला देहांताची शिक्षा झालेले दृश्यही गोविंदाने पाहिले. पाण्यावर तरंगणारी अनेक प्रेते त्याने पाहिली. अनेक स्त्री-पुरुष, पशु-पक्षी, मगरी, सुसरी, हत्ती, बैल अनेक प्राणी एकामागोमाग त्या प्रवाहाबरोबर वाहत होते. मरत होते आणि पुन्हः पुन्हा जन्म घेत होते. एका मागून एक स्थित्यंतरे! वस्त्रे बदलावी, तसा एक शरीर टाकून नवा जीव जन्माला येत होता. ते महाकाय दृश्य पाहून गोविंदाने मोठ्या भयाने आपले डोळे मिटून घेतले. दुसऱ्याक्षणी गोविंद ओरडला, 'बस कर सिद्धार्थ, मला हे सारे पाहवत नाही.'

काही क्षणाच्या विरामानंतर गोविंदाने आपले डोळे उघडले. सिद्धार्थचा शांत चेहरा त्याला दिसायला लागला. त्या चेहऱ्यावर बुद्धाच्या चेहऱ्यासारखे हास्य होते. नकळत गोविंदाचे हात जोडले गेले. आता त्याच्या डोळ्यातून अश्रुधारा वाहत होत्या. सगळ्या विश्वाबद्दल अपार प्रेम व करुणा आता त्याच्या मनात दाटून येऊ लागली. त्याच अवस्थेत तो सिद्धार्थच्या पायाशी कोसळला आणि त्याने आपले डोके सिद्धार्थच्या पायावर टेकवले.

****